மூங்கில் பூக்கும் தனிமை

பாரதிபாலன்

நற்றிணை பதிப்பகம்

மூங்கில் பூக்கும் தனிமை * சிறுகதை * பாரதிபாலன் * ©பாரதிபாலன் * முதல் பதிப்பு: டிசம்பர் 2019 * வெளியீடு: நற்றிணை பதிப்பகம் (பி) லிமிடெட் * பிளாட் எண்: 45, சாய் கவின்ஸ் குமரன் அபார்ட்மெண்ட்ஸ், ஸ்ரீ தேவி கருமாரியம்மன் நகர், கிருஷ்ணா நகர் பிரதான சாலை, நூம்பல், ஐயப்பன் தாங்கல், சென்னை– 600 077.

* தொலைபேசி : 044 - 7906 7606
* மின்னஞ்சல் : natrinaipathippagam@gmail.com
* இணையம் மூலம் புத்தகம் வாங்க : www. natrinai.in

விற்பனை அலுவலகம்:
எண். 82, மல்லன் பொன்னப்பன் தெரு,
திருவல்லிக்கேணி, சென்னை – 600 005.

* அச்சாக்கம் : சாய் தென்றல் பிரிண்டர்ஸ், சென்னை-600005
* Mobile : +91 95005 98012, 94429 56725

பாரதிபாலன்

பாரதிபாலன் 1965 ஏப்ரல் 3ஆம் தேதி தேனி மாவட்டம், சீலையம்பட்டியில் பிறந்தார். கல்லூரி நாட்களிலே எழுதத் தொடங்கியவர். "கணையாழி", "செம்மலர்", "தாமரை", "கல்கி" "தாய்" "ஆனந்தவிகடன்", "இந்தியாடுடே", "சுபமங்களா" போன்ற இதழ்கள் இவருடைய கதைகளைத் தொடர்ச்சியாக வெளியிட்டன. தற்போதும் எழுதிக் கொண்டிருக்கிறார்.

இவருடைய முதல் சிறுகதைத் தொகுதி "ஒத்தையடிப் பாதையிலே" (1993, 1997) இதைத் தொடர்ந்து "உயிர்ச்சுழி" (2001, 2019) "வண்ணத்துப்பூச்சியைக் கொன்றவர்கள்" (2003) "அலறி ஓய்ந்த மௌனம்" (2007) "றெக்கை கட்டி நீந்துபவர்கள்" (2012) "பாரதிபாலன் கதைகள்" (முழுத் தொகுப்பு 2008) வெளிவந்துள்ளன.

"கல்கி" வார இதழில் தொடராக வெளிவந்த நாவல் "செவ்வந்தி" (1998, 2008) "காற்று வரும் பருவம்" நாவல் (2009) தினமணிக் கதிரில் தொடராக வெளிவந்த "உடைந்த நிழல்" நாவல் (2005) நூலாக வெளிவந்துள்ளன.

இவருடைய சிறுகதைகள் "இலக்கியச் சிந்தனை" மாதப் பரிசினை நான்கு முறை பெற்றுள்ளன. "திருப்பூர் தமிழ்ச்சங்க விருது" (1999), "ஜோதி விநாயகம் நினைவு விருது" (1999) "பாரத ஸ்டேட் வங்கி விருது" (2005), தமிழ்நாடு அரசின் "சிறந்த நூலுக்கான பரிசு" (2012) தமிழ்நாடு அரசின் "மகாகவி பாரதியார் விருது" – 2018 உள்ளிட்ட பல்வேறுச் சிறப்புகளை பாரதிபாலன் பெற்றுள்ளார்.

சமகால சமூக, பண்பாட்டுச் சூழலை மையப்படுத்திய இவருடைய கட்டுரைகளைத் "தினமணி" நாளிதழ் நடுப்பக்கத்தில் வெளியிட்டுச் சிறப்பிக்கிறது. இக்கட்டுரைகள் "இசை நகரம்" (2019) என்ற தலைப்பில் நூலாகவும் வெளிவந்துள்ளது.

இவருடைய படைப்புகள் தமிழ்நாடு, கேரளா மாநிலங்களில் கல்லூரி, பல்கலைக் கழகங்களில் இளநிலை, முதுநிலைப் பட்டப் படிப்பு மாணவர்களுக்குப் பாடநூலாக உள்ளன. இவருடைய படைப்புகளை ஆய்வு செய்து இருபதுக்கும் மேற்பட்டோர் எம்ஃபில். பட்டமும், நால்வர் பி.எச்.டி. பட்டமும் பெற்றுள்ளனர்.

தற்போது பேராசிரியராகப் பணியாற்றிக் கொண்டிருக்கும் பாரதிபாலன் இந்திய அரசின் "சாகித்ய அகாடமியின்" பொதுக் குழு உறுப்பினராகவும் உள்ளார்.

இனிய நண்பர்
ராஜ்கண்ணன்
அவர்களுக்கு...

ஒரு சொல் இன்னொரு சொல்!

தனித்துக்கிடக்கும் மனதின் தேடல்தான் கலையாகிறது – கதை யாகிறது! வெளிச்சத்திற்குள் பிணைந்து கிடக்கும் இருளைப் போல வும் இருளுக்குள் இணைந்துகிடக்கும் வெளிச்சத்தைப் போலவும் அந்த மனம் நிலைகொள்கிறது. இதைக் கண்டடைய அவரவர் கண் வெளிச்சம் போதுமானது! அப்படிக் கண்டடையப் பட்டவைகள் தான் இந்தக் கதைகள்!

வெவ்வேறு காலக் கட்டங்களில், அப்போதைய மனநிலையில் நெய்யப் பட்டவைகள் இந்தக் கதைகள். வாழ்வைக் கதையாக்கு வதும் – வாழ்வின் அனுபவங்களை – உணர்வுகளைக் கோர்ப்பதும் ஒருவிதமான வேலைப்பாடுதான். அது கலைப்பாடாகக் கண் திறந்து விடுவதுவும் உண்டு!

'வாழ்க்கை மொழி' என்பதும் எழுத்து மொழி என்பதும் வேறு! வாழ்வை எழுத்தாக்குவது என்பது ஒரு வகை. எழுத்துக்குள் வாழ்வை வரைந்து காட்டுவது என்பது ஒரு வகை; அது வண்ணக் கூட் டோவியமோ வெறும் கோட்டோவியமோ, அது எழுப்பும் ஒலிதான் – உயிர் ஒலிதான் இங்கே முக்கியமாகிவிடுகிறது!

எழுத்துக்களை வாக்கியமாக அடுக்கிப் பார்ப்பதைவிட வாழ் வாகக் கோர்த்துப் பார்ப்பது என்பது அலாதியானது. ஒரு சொல் பொருளை இழந்தாலும் அதன் ஒலி மிஞ்சும். அது இங்கே வாழ்வை இழந்து வெறும் வார்த்தையாக நிற்கின்றபோது அர்த்தமற்றதாகி விடுகிறது. வரலாற்றுப் பதிவோ தத்துவச் சாயலோ, கோட்பாட்டுத் திருகலோ இக்கதைகளில் இல்லை. என்றாலும் எளிய மனிதர்களின் அன்றாட வாழ்வும், அது கட்டமைக்கும் வரலாறும், வாழ்ந்து பெற்ற அனுபவங்களின் வழியாக வெளிப்படும் தத்துவத்தையும் தரிசிக்க முடியும்!

விமர்சகன் ஒரு படைப்பைத் தன்னுடைய கல்வி ஞானத்தைக் கொண்டும், வாசகன் தன் அனுபவ அறிவைக் கொண்டும் அணுகு கிறான். இந்த இரண்டிற்கும் நீண்ட இடைவெளி இருப்பதும் உண்டு; இணைவதும் உண்டு. வாசக மனதில் படைப்பில் சுவை இறங்க வேண்டும். அந்த இன்பத்தில் – துன்பத்தில் தன்னைத் தேடி அடைய வேண்டும். தான் பேசுகின்ற மொழியை – பேச்சை – அதன் தொனியை – தன் செவிகளில் இறங்கிய அந்த மொழியை தன் அனுபவத்தின் சாயலை – அவன் ஏக்கங்களை – இறக்கங்களை ஜீவிதத்தோடு உணர வேண்டும். ஒரு வாசகனாக அப்படி நான் உணர்ந்தவைகள்தான் இந்தக் கதைகள்.

‘அப்படியாகத்தான் இருக்கும்’ கதையில் வருகிற நாகுவையும் ‘மூங்கில் பூக்கும் தனிமை’யில் வருகின்ற சந்தான கிருஷ்ணன் சாரை யும் நான் கதையாகப் படிப்பேன் – படைப்பேன் என்று நினைத் திருப்பேனா? சங்குப்பிள்ளை வீட்டுத் திண்ணையில் என்னுடைய எத்தனை பொழுதுகள் கரைந்திருக்கும்? இன்னும் கூம்பு வடிவ ஒலி பெருக்கியை – எங்கு கண்டாலும் மாரியின் குரல் நெஞ்சில் சொட்டத் தொடங்கி விடுகிறது! மருதவாத்தியார் இல்லாத பள்ளிக்கூடத் தெரு இன்னமும் இருக்கிறது. வேறு ஏதோ ஒரு வாத்தியார் அந்தத் தெருவில் இருக்கலாம்; ஆனால் மருத வாத்தியாரின் முகம் தான் அந்தத் தெருவுக்கு! ‘டேய் கஞ்சக் கருப்பா’ என்று ஓங்கிக் கத்தி கையும் களவுமாகப் பிடிபட்டிருக்கிறேன்; பின்னாளில் அவர் அன்புப் பிடி யிலும் அகப்பட்டிருக்கிறேன்.

“யதார்த்தத்தை மறுபடைப்புச் செய்வதும் சிருஷ்டி தொழில் தான். அபிமானமும் கலைஞானமும் இருந்தால் சிருஷ்டி மேன்மை மிக்கதாகி விடுகிறது. பாரதிபாலன் கதைகள் மேன்மைமிக்கவை. மனிதர்களைச் சிறப்போடும் பிரியத்தோடும் அறிந்து சொல்கிறா ரென்றாலும் பெண்களை இவர் போல் அறிந்து சொல்லும் தமிழ் எழுத்தாளர்கள் மிகச் சிலரே. தி. ஜானகிராமனுக்கு அப்புறம் பெண் மனதையும் பெண் மொழியையும் பெண் அந்தரங்கத்தையும் வெகு நுட்பமாகப் பதிவு செய்கிறார் பாரதிபாலன்... இவர் கதைகளை அபாரமான கலையழகோடு சொல்வதால் வாசகனுக்குக் கடைசி வரி ஏக்கமாகவே தெரிகிறது...” என்று எழுத்தாளர் கந்தர்வன் அவர்கள் கணையாழியில் மே, 2004இல் எழுதியிருந்தார்.

சில மாதங்களுக்கு முன்பு பேராசிரியர் க. பஞ்சாங்கம் என்னு டைய சில கதைகளை வாசித்து முடித்த கையோடு ‘நானும் கிராமச் சூழலில் படித்து வளர்ந்தவன் என்பதால் உங்கள் எடுத்துரைப்பு நெஞ்சுக்கு நெருக்கமாக உணர்வோடு உணர்வாகக் கலந்து பரவியது. உங்கள் பார்வையில் ஒரு வித்தியாசத்தைக் கண்டேன். உயர்சாதி x தாழ்ந்த சாதி, பகல் x இரவு, மேல் x கீழ் என்று அமைப்பியல்

போல இணை முரணாகப் பார்க்காமல் மின் அமைப்பியல் போல இரண்டையும் கலந்து கரைத்துவிடும் அணுகுமுறையைக் கண்டேன். இரவுக்குள் பகலும் பகலுக்குள் இரவும் கலந்துதானே கிடக்கிறது. பின் எப்படி இரண்டையும் நேருக்கு நேர் எதிராக நிறுத்த முடியும் என்ற கேள்வியை உங்கள் எடுத்துரைப்பு முன் வைக்கிறது. எனக்கு அது பிடித்திருக்கிறது' என்று எழுதியிருந்தார்.

எழுத்தாளர், கந்தர்வன் 2004இல் எழுதியதும் தற்போது 2019இல் பேராசிரியர் க. பஞ்சாங்கம் எழுதியதும் ஒன்று தான் என்று படுகிறது. இரண்டும் மனம் நிறைந்து பேசுவது. இதற்கு இக்கதைகளில் வருபவர்களின் மனம் தான் காரணம். அப்படி இல்லாவிட்டால் இப்படி எழுத முடியாது. எழுதியதோடு எழுதுகிறவன் வேலை முடிந்து விட்டது; அது உருவாக்கும் மன சித்திரங்களுக்கு நான் மட்டும் பொறுப்பல்ல; அதை வாசிக்கின்றவர்களின் மனமும் அதன் விசாலமும் ஒரு காரணம்; அப்படித்தான் சொல்லத் தோன்றுகிறது; ஒருவேளை உங்களுக்கு வேறு ஒரு அனுபவம் கிடைக்கக் கூடும்.

இதனை சாத்தியமாக்கித் தந்த இனிய நண்பர் நற்றிணை யுகன் அவர்களுக்கும் இக்கதைகளை வெளியிட்ட இதழ்களுக்கும் என் நெஞ்சார்ந்த நன்றியினைப் பதிவு செய்கிறேன்.

பாரதிபாலன்
சென்னை

பொருளடக்கம்

1. அப்படியாகத்தான் இருக்கும்...   9
2. இருள் முகம்   21
3. கஞ்சக் கருப்பன்...!   30
4. சங்குப் பிள்ளை   39
5. சித்திரைமதி   49
6. பொங்கும் பூம்புனல்   58
7. மழையில் நனையும் குடைகள்   70
8. பெரியவர்கள்   81
9. களவு போகும் கனவு   92
10. நிழல் கூத்து   97
11. கோயில்மாடு   108
12. மூங்கில் பூக்கும் தனிமை   116

அப்படியாகத்தான் இருக்கும்...

கனகு தான் அவனிடம் அதைச் சொன்னாள்! ஒரு விடு முறைக்கு சீலையம்பட்டிக்கு வந்து, மதுரை திரும்ப பஸ்சுக்கு காத்தி ருந்தான். தலையின் பின்பக்கம் பிரம்புக் கூடையை, ஒரு தினுசாகக் கவிழ்த்தி சோளக் கதிரைக் கடித்துக் கொண்டே நடந்து வந்தவள், எதிர்பாராமல் இவனைக் கண்டதும் குபீரென்று வெக்கப்பட்டு நடையைச் சற்று தளர்த்தி, "கிளம்பியாச்சாக்கும்..." என்று நடையின் வேகம் குறைத்து, குரலைச் சற்று தாழ்த்தி "அடுத்தவாட்டி வரும் போது, நம்ம நாகுவை ஒரு நடைபோய், எட்டிப் பார்த்து பிட்டு வந்திடு", என்று குரலை ஒழுக விட்டுக் கொண்டே, நடையின் வேகத்தைக் கூட்டினாள். அவன், அவளை அந்த கனகவல்லியைப் பார்த்துக் கொண்டே நின்றான்.

கனகவல்லி, அவனோடு படித்தவள்! எட்டாம் வகுப்பு வரை அவன், நாகு என்கிற நாகப்பன், பிச்சுமணி, குமார் எல்லோரும் ஒன் றாகப் படித்தவர்கள். நாகுவை, நாகு என்று சொன்னால் யாருக்குத் தெரியும்? "பத்துப்பிள்ளை" என்றால் தானே தெரிகிறது! "அட்டண் டென்ஸ்" எடுக்கும் வாத்திமார்கள் கூட "பத்துப் பிள்ளை" என்று தானே கூப்பிட்டார்கள். நாகப்பன் அவன் வீட்டில், பத்தாவது பிள்ளை. அந்தக் காரணப் பெயரே நிலைத்து நின்று விட்டது! "பத்துப்பிள்ளை" என்றால் தான் எல்லோருக்கும் தெரிகிறது. கல்யாணம் காட்சி என்று ஆன பிறப்பாடும் கூட அந்தப் பெயர் தான், அந்த உருவத்தோடு ஒட்டிக் கொண்டுவிட்டது, ஆறாவது விரல் போல!

கனகும் அப்படித் தான் அவனைக் கூப்பிடுவாள், "காட்டா மணக்குப் பாலை" வாய் நிறைய ஒதப்பிக் கொண்டு, வாய்க்குள்ளே நுரைவரக் கொப்புளித்துக் கொண்டு "பத்துப் பிள்ளை... பத்துப் பிள்ளை "என்று குரலைக் கூட்டுவாள்! அந்த ஒலியில், வாயில் ஊறும் பால் தெறித்துச் சீறிச் சிதறும். அது அவளுக்கு ஒரு விளையாட்டு,

நாகு அவளை விரட்டி ஓடுவான், அவள் ஓடி ஒளிந்து கொள்வாள். ஒளிந்திருப்பதைக் கண்டு கொண்ட நாகு, கனகுவை அந்த வைக்கோல் படப்பிலே, அப்படியே அமுக்கி அவள் புதையும் வரை அமுக்கி விட்டான். அந்த அதிர்ச்சிக்குப் பிற்பாடுதான், அவள் அவனை அப்படிக் கூப்பிடுவது இல்லை. ஆனால் அதற்குப் பிற்பாடு அவனைப் பார்க்கும் போதெல்லாம் வெக்கப்பட்டாள்! அந்த வெக்கம் பள்ளிக் கூடத்தை விட்டு, படிப்பு முடிந்து வெளியேறிய பின்பும் கூடத் தொடர்ந்தது. அவளுடைய வெக்கத்தை, அதுவும் ஒரு தினுசாக புருவத்தைச் சுளித்துக் கொண்டே அவள் வெக்கப்படுவதை நாகு ரசிப்பான், மனம் குதூகலப்படும். கனகும் கூட சில வேளைகளில் நாகுவை வெக்கப்பட வைப்பாள். இருவரும் இணைந்து விடுவார்கள் என்று தான் நினைத்தது, நினைக்கிறது எல்லாமா நடக்கிறது. அந்த ஊரில் உள்ளூரில் "கொடுத்து வாங்கு" வதில்லை, எல்லாம் அசலூர் பக்கம் தான்! கனகுவுக்குப் படிப்பு எட்டோடு இறங்கிவிட்டது! நாகுவுக்கும் பத்தைத் தாண்டப் படாத பாடு! படிப்போடு அவனால் சேரமுடியவில்லை, ஆனால் பணம் அவனோடு சேர்ந்து விட்டது!

நாகப்பன் வீடு என்றாலோ, நாகு வீடு என்றாலோ ஒருவரும் கைகாட்டவில்லை. சற்றுத் தயங்கி, ஒருவிதமான கூச்சத்தோடு "பத்துப்பிள்ளை" வீடு என்று கேட்டால் தான் சொல்கிறார்கள். அப்போது அவன் சிறுவனாக இருந்தபோது இந்த ஊரில் பன்னி ரெண்டு தெருவோ, பத்தொன்பது தெருவோதான், இப்போது அப்படி அல்ல! சுற்றுப்புற வயல்வெளிகள், களத்துமேடு, மேற்கு ஓடை, கிழக்கு ஓடைமேடு எல்லாமே வீடுகள்தான். பழைய ஊரை விட இப்போது உருவாகியுள்ள ஊர், தெருக்கள் எல்லாம் ஒருவித ஒழுங் கோடுதான் இருந்தது. அதுவும் நாகப்பன் வீடு இருக்கும் வீதி, சோலை மாதிரி இருக்கிறது! அகலமான தெரு, பெரிய நகரங்களில் கூட இத்தனை பெரிய, வடிவான பங்களாக்கள் இருக்குமா என்று தெரியாது. நம்பவே முடியவில்லை, நாம் பிறந்த கிராமம் தானா இது? இந்தத் தெருவிலா நாகப்பன் இருக்கிறான், இந்த ஆச்சரியம் கூட அவன் வீட்டைப் பார்க்கும் வரைத்தான். சற்று தொலைவு தான் நடந்திருப்பான். அரண்மனை மாதிரி ஒரு வீடு, வீடு என்று இதை எப்படிச் சொல்ல முடியும்? மாளிகை தான்! பழைய வசந்த மாளிகை படத்தில் பார்த்தாற்போல் இருந்தது! வெள்ளை வெளே ரென்று, தேக்கு வேலைப்பாட்டுடன் "திகு திகு" வென்று இருந்தது. அதிர்ந்துபோய், நினைவிழந்த மாதிரி நின்றான்!. பெரிசு, பெரிசு என்று சொன்னார்களே தவிர, "இப்படி" என்று ஒருவரும் சொல்ல வில்லை! இதை இப்படி என்று சொல்லுவது கூட கஷ்டம் தான். சம்பாத்தியத்தில் வந்ததா இல்லை தவத்தால் வந்ததா என்று கேள்வி

வருகிறதே தவிர, சந்தோசம் வரவில்லை! இதை எல்லாம் பார்த்து நெறைஞ்சு சந்தோசப்படத் தனியாக மனசு வேண்டும்!

மனுஷனுக்குத் தான் என்ன அதிர்ஷ்டம்! படிப்பு ஏறாமல், சொல்லிக் கொள்ள ஒரு தொழிலும் இல்லாமல், மாட்டுத் தீவனம் விற்று, "ஆட்டு கிடை" போட்டு தெருத் தெருவாய் காய்கறிகள் விற்று, உரமூட்டைத் தூக்கி, மாட்டுத் தரகு பார்த்து, இட்லி மாவு அரைத்து விற்று, மணல் லாரி ஓட்டி, சின்னதாக ஒரு மணல் குவாரி எடுத்து, அந்த அதிர்ஷ்டத்தை அந்த "மண்ணில்" தான் கண்டெடுத் தான். பத்து இருபது வருஷம். அந்த மண்தான், செலவிடக் கூட நேரமில்லாமல் அந்த மண்ணிலே புரண்டு, புதைந்து, எடுத்த புதையல்! மலைப்புதான்! வீட்டைச் சுற்றிலும் ஆள் உயரத்திற்கு கல்சுவர், கல் சுவருக்கு முன்னால் கொத்துக் கொத்தாய் மூங்கில் குருத்து, இலையும் தளையும் தளிருமாக நிற்கிறது. பின்னால், கல் சுவருக்குப் பின்னால் குட்டைத் தென்னை, புல் புதரும் பூந்தோட்டமும் கொண்ட முற்றம்! நடுவில் செயற்கை நீருற்று! அதற்கும் நடுவில் வண்ண வண்ண விளக்கு! "அதிர்ஷ்டம்" "அதிர்ஷ்டம்" என்று சொல்லக் கேள்விப்பட்டது தான், இப்போது தான் அதைக் காட்சியாகக் காணமுடிகிறது!

இவன் தயங்கி, தயங்கி என்ன என்று கேட்பது எப்படிக் கேட்பது என்று எண்ணிக் கொண்டிருந்தபோது, தோட்டத்தில் வேலையாக இருந்த ஒருவன், இவன் தோற்றத்தைப் பார்த்து, ஒன்றும் கேட்கத் தோன்றாமல் நீளமான அந்தத் தள்ளு கதவை இழுத்துத் தள்ளி, இவனை உள்ளே விட்டான். உள்ளே கண்ட காட்சி, அழகிய சின்னஞ் சிறு பூஞ்சோலை, அதைத் தாண்டி, ஒரு தேக்குக் கதவு, அழகிய வேலைப்பாடுகளுடன் கூடிய கதவு, கோயில் கதவு போல ஆகிருதி! இத்தனை வேலைப்பாடுடன் கூடிய ஒரு கதவைச் செய்து வைக்க எவ்வளவு பணம் வேண்டும் என்பதை விட, அதற்கு எவ்வளவு முயற்சி வேண்டும்? அந்த முயற்சிக்கு எவ்வளவு பெரிய மனசு வேண்டும்!

நாகப்பனின் அம்மா வீட்டுத் தோட்டத்தில் ஸ்வாதீனம் இல் லாமல் இப்பாலும் அப்பாலும் நடமாடிக் கொண்டிருந்தாள். அந்தச் சூழலில் அவனுக்கு அந்நியமில்லாமல் இருந்தது அவன் அம்மா மட்டும்தான். காது வளர்த்து, கோடாலிக் கொண்டை போட்டு, ரவுக்கை இல்லாமல், மேல் சேலையாலே எல்லாம்மூடி, மறைத்து வயோதிகத்திலும் அந்த முகத்தை அவனால் கண்டறிய முடிந்தது. அவளும் இவனைப் பார்த்தாள், திகைப்பான பார்வை, இதோ கண்டுவிடப் போகிறோம் கண்டுவிடப் போகிறோம் என்ற நெருக்க மானப் பார்வை. பத்துப் பெத்தவளின் உடல் துவண்டு, சதை தொங்கிப் போய் கிடந்ததே தவிர கண்களில் துறுதுறுப்புக் குறையவில்லை, குரலும் அப்படித்தான் !

"நாகு?"

"சட்டுனு அடையாளம் காங்க முடியலையா?"

"சோமு. சோமசுந்தரம், நாகு கூட்டாளி"

"கூட்டாளியா?"

"ம்! தங்கம்பிள்ளை மவன்!"

"காப்பிக் கடை வெச்சிருந்தாரே, அந்த தங்கம் பிள்ளையா?"

"ஆமாம்மா"

"அப்ப மதுரையிலெ நீ தான் வாத்தியாரா இருக்கீயாக்கும்..."

"ஆமாம்மா!"

சட்டென்று அவன் கைகளைப் பற்றி நெஞ்சில் வைத்துக் கொண்டாள். ஈரம் குருகுருத்தது!

"சின்னதுலெ பார்த்தது, நம்ம நாகுப் பய ஜோட்டு தானே?"

"ஆமாம்மா, வீட்டுக்கெல்லாம் வருவனே!"

"தெரியுது தெரியுது.... இவேன் கூட ஒண்ணு மண்ணாத் தானே சுத்திக்கிட்டு திரிவீங்க..."

"ஆமாம்மா"

"ஆளையே காங்கல, எம்புட்டு நாளாச்சு,"

"நல்லா இருக்கீங்களாம்மா?"

"என்னத்தவோப்பா ஆத்த மாட்டாப்புலெ"

"ஏம்மா?"

"ஊர் மெச்ச வாழ்றான்று இருந்துச்சு, இப்படி ஒரே அடியா அடிச்சுப் போட்டாப்புலெ ஆகிடுச்சுயா... பத்துப் பெத்து. எல்லாம் பதராப் போச்சேன்னு, இருந்தெப்ப "இது" ஒன்னு தேன் முளை விட்டு எந்திருச்சது, எந்தக் கண்ணெக் குத்துச்சோ, இப்படி குனிய பண்ணிப் போட்டுச்சு"

"ம்ஹும்..."

"காலம் போன கடைசியிலெ, எங்களெ இவன் தான்யா பாத்து கிட்டான், எம்புட்டு மாத்திரை, மருந்து, சலிக்காம செஞ்சான்யா..."

அவன் என்ன பேசுவது என்று தெரியாமல் தடுமாறினான். அவன் பார்வை மேலும் கீழும் ஆடிற்று!

"இங்குன தான் இம்புட்டு நேரமா ஒக்காந்து கெடந்தான். பாவம் எம்புட்டு நேரம் தான் ஒரே இடத்துலெ, அதுவும் இந்த வூட்டுக்குள்ளெ ஒக்காந்து கிடக்க முடியும்? ஆளே ஒருவடியாப் போயிட்டான்."

“........”

“செஞ்சான்யா... ஊருக்கே செஞ்சான், இல்லைங்க முடியாது. கேக்குறவகளுக்கு எல்லாம் கொறை இல்லாம செஞ்சான், இல்லீங்க மாட்டான்”.

“ம்”

“மேலே மாடியிலெதான் இருக்கான். போயா போய்ப் பாரு, இத கட்டும் போதே சொன்னோம் எதுக்குய்யா இம்மந்தண்டின்னு, கேக்கலெ. கொள்ளப் பய துட்டக் கொண்டு கொட்டிப் பிட்டான். ஊர்கண்ணு சும்மா விடாதுன்னு சொல்லுச்சு, கேக்கலெ.. இந்தா பாரு, ஒக்காரப் பண்ணிடுட்சு...” என்று அந்த வீட்டைத் தலை உயர்த்தி, ஒரு பார்வை பார்த்துவிட்டு ப்சு’ என்று தலையைத் தொங்கவிட்டாள்.

“ப்சு”

“இப்படிப் போயா... இந்த வாக்குலெ மேலே ஏறிப்போ...”

மாடியில் இரண்டு மூன்று அறைகள், வெள்ளை நிற மார்பிள் பளபளத்தன. அலங்கார விளக்குகள், அரண்மனை வேலைப்பாடு கள் போல இருந்தன, ஆனாலும் ஒரு ஒழுங்கின்றி, அழுக்குத் துணியும் பாத்திர பண்டங்களும் இறைந்து, அலங்கோலக் காட்சி! நுழைந்ததும் முதல் அறையில் நாகப்பன் இருந்தான். கண்கள் மெல்ல மெல்ல ஊர்ந்து ஊர்ந்து அவனை அடைந்தது. அவனைக் காண வேண்டும் என்ற ஆவலும், என்ன சொல்லப் போகிறானோ என்ற புதிரும் மனப் புழுக்கமும், அவன் இயல்பைக் குலைத்தது. நாகப்பன் வெறுந் தரையில், நெஞ்சுக்கு மேல் உயர்த்திக் கட்டிய கைலியோடுக் கிடந் தான். ஒரு நிமிடமோ, இரண்டு நிமிடமோ கடந்திருக்கும். கண் திறந்து தான் இருக்கிறது, கவனம் இல்லை, மெல்லக் குரல் கொடுத் தான், கதவை அசைத்து சப்தம் காட்டினான். பலன் இல்லை “நாகு” என்று பெருங்குரலெடுத்தான். “விசுக்” கென்று உடலை எழுப்பி, எழுந்து சம்மணமிட்டு உட்கார்ந்து கொண்டு பார்த்தான், தூக்கத்தில் இருந்து விழித்தவன் பார்வை. இவனைப் பார்த்ததும் அவன் முகம் கோணிவிட்டது, முகம் குலைந்து, கண்கள் ததும்பி விட்டது. இவன் அவனுக்குப் பக்கத்தில் போய் உட்கார்ந்து கொண்டான், ஏதோ துக்கம் கேட்க வந்தாற் போன்ற துயரம்! தொண்டையைச் சற்று செருமி தன்னைத் தானே தயார்படுத்திக் கொள்ளும்படியாக இருந் தது!

நாகுவின் முகத்தை ஏறிட்டுப் பார்த்தான். வயதுக்கு மீறின வயோதிகம், “டை” அடிக்காத தலையில் செம்பட்டை பூத்து, வழுக்கை தெரிந்தது. மனம் பதறியது, முன்பு பார்த்தபோது, போன தீபாவளி விடுமுறைக்கு வந்தபோது, எப்படி இருந்தான்? என்ன

களை ? பணக்காரக்களையோ என்னவோ, உருண்டு, திரண்டு நல்ல உருவமாக இருந்தான். அந்த உருவம் இப்போது உருக்குலைந்து விட்டது. கன்னத்து எலும்பு துருத்திக் கொண்டு தெரிந்தது! உன்னை இப்படிப் பார்ப்பேன் என்று நினைக்கவில்லை!

"என்ன நாகு பிரச்சனை?"

"போச்சு! எல்லாம் போச்சு, அசிங்கமாப் போச்சு" என்று முகத்தை மூடிக்கொண்டான்.

"பதட்டப் படாத நாகு!"

"எப்படிச் சொல்றது!"

"......"

"ஒனக்கு எப்படித் தெரியும்? யார் சொன்னா?"

"நம்ம கனகு".

"என்ன சொன்னா?"

"ஒண்ணும் சொல்லலெ, ஒன்னைய போய் பாருன்னா, அவ்வளவு தான்!"

"அவ்வளவு தான் சொன்னாளா?"

"ஆமாம்"

"வேற சொல்லலெ?"

"இல்லை"

"அசிங்கமா எதுனா சொன்னாளா"

"ச்சே... ச்சே..."

"வேற எவனாவது எதுனாச்சும் சொன்னானா?"

"யார்ட்டையும் நா பேசலை".

"ஊரே அசிங்கமாப் போச்சு..."

அவன் முகம் சிவந்து, கண்கள் நிறைந்து, உடல் நடுங்கிற்று. "மாடு மாதிரிப் பாடுபட்டேன், நாலு நிமிசம் சேர்ந்தாற் போல் ஓய்வுனு ஒக்கார்ந்தது கிடையாது. ஓட்டமும் நடையும் தான்! காசைப் பார்க்கப் பார்க்க வேகம் எடுத்தது. ஒரு வெறி, வெந்ததும் தெரியாம வேகாததும் தெரியாம தின்னு போட்டு, ஓட்டம் எடுத்தேன். இயந்திரமா உழைச்சேன். ஆனாக் கூட, நெஞ்சுல ஈரம் காஞ்சு போயிடலெ, முடிஞ்ச மட்டும் மத்தவங்களுக்கும் கொடுத்தேன். எத்தனை கை நீண்டது, நீட்ட நீட்ட இல்லைங்காமக் கொடுத்தேன். ஒண்ணு ரெண்டு தப்பி யிருக்கலாம். அந்த வருத்தம் கூட சிலருக்கு இருக்கலாம். ஆனால் பசிச்ச வாய்க்குப் போடாமல் இல்லை," அவனுக்கு அவன் மனம் தெரிந்தது, நாகுவையே கண் கொட்டாமல் பார்த்துக் கொண்டே

விக்கிப் போய் இருந்தான். என்ன பேசுவது? என்று தெரியவில்லை. சில நிமிடங்கள் மௌனமாகவேக் கடந்தது.

“ஒரு செல்போன் நம்பர் தர்றேன், அந்த நம்பர்லெ இருந்து, யார் யாருக்கு பேசியிருக்குனு, கண்டுபிடிக்க முடியுமா?”

“ம் முடியும்”!

“நம்பர் தரட்டுமா?”

“எதுக்கு?”

“வேணும், அப்பக் கண்டுபிடிச்சுடலாம்” ?

“கைப் புண்ணுக்கு எதுக்குடா கண்ணாடி” என்று காபி டம்ள ருடன் நாகுவின் அம்மா, அந்த அறைக்குள் காலை இழுத்து இழுத்து நடந்து வந்தாள், நாகு சடக்கென்று தலையைக் கவிழ்த்திக் கொண் டான்.

“அதான் ஊரே பேசுதே”.

நாகுவின் அம்மா, அந்த இடத்தில் இருந்து நகர மனமில்லாமல், நிலைக் கதவில் கையூன்றி நின்றாள். நாகு பேச்சை நிறுத்திக் கொண் டான், மற்ற நேரம் என்றால் “பேசாம போவமாட்ட” என்று ஒரு அதட்டுப் போட்டு, வாயை அடைத்து விடுவான், இப்போது முடிய வில்லை. ஊர்வாயே திறந்து கொண்டது. கோரப்பசியோடு திறக்கும் வாய். அந்தக் கணத்தைக் கடந்து விடவேண்டும் போல, அவன் தவிப்பதை உணர முடிந்தது. அடிக்கடி நெஞ்சைத் தடவி விட்டுக் கொண்டான், அவன் மனம் தீராது குரல் எழுப்பிக் கொண்டி ருப்பது போலத்தான் தெரிந்தது! தெருவை அடைத்து வீடு கட்டி, ஊரே விலாசம் சொல்லும் படியாகப் பேர் எடுத்து, மண்ணைச் சம்பாதித்து, மரத்தைச் சம்பாதித்து, ஊர் உலகிற்கு ஒரு தோற்றம் காட்டி, இப்படித் தோற்றுப் போவதற்குத்தானா? பணத்திற்குப் பின்னால் போனால், இப்படித்தான் என்று அடுப்புப் பூனையாக முனகிக் கொண்டிருக்கிறார்கள், காசைத் தேடாதவர்கள் உண்டா? “வேண்டாம் போ” என்று முகத்தில் அடித்து விரட்டுபவர்கள் உண்டா? மண் கூடு போதும் என்று மனசு நிக்கவா செய்கிறது! அடுத்தவன் வீட்டுத் திண்ணையில், அழுக்கும், கிழிசலுமாக உட் கார்ந்து கொண்டு, நோஞ்சான் குழந்தை மாதிரி சொன்னதையே திரும்பத் திரும்பச் சொல்லிக் கொண்டிருந்தால் ஆச்சா? ஓடுகிறவன் தடுக்கி விழத்தான் செய்வான், விழுந்தால் எழுந்து கொள்ளலாம், இப்படித் தலைகுப்புற விழுந்தால்? நெஞ்சு படபட வென்று அடித்துக் கொண்டே இருந்தது. வயிற்றில் ஒரு கனம் பரவி, ஆவி போல எரிச் சல் கிளம்பியது! பகீரென்று உடல் முழுவதுவும் படறி நிலை கொள்ளாமல் பரந்தது, மனம் பலம் இழந்து விட்டது. பாழும்

கிணத்தைப் பார்த்தாலே பகீரென்று நெஞ்சை அடைக்கும், அதில் விழுந்து விட்டால்?

"எனக்கு முழுசும் தெரியலெ நாகு!"

"யாரும் சொல்லலெ...?"

"இவே வீட்டுக்காரி சங்கதி தான்பா" என்றாள் நாகுவின் அம்மா!

"என்னவாம்?"

"கொஞ்சம் சந்தேகம்!"

"ஓஹா!"

"நம்மட்ட ஒரு "இன்னோவா கார்" இருந்துச்சு, அதை கொடுத்துப்பிட்டு, பி.எம்.டபிள்யூ வாங்கலாம்னு வாங்குச்சு. மதுரையிலே தேன் புக் பண்ணிச்சு, ஒசந்த விலை காராச்சேன்னு, ஏற்கனவே ஒரு பய டிரைவரா இருந்தான். அவனை மாத்திப்பிட்டு, நல்ல ஆளா போடலாம்னு போட்டுச்சு. இவேன் கேரளாக்காரன், இவனுக்கு புள்ள குட்டிய எல்லாம் இருக்கு. இரண்டு வருசமா நம்மட்டதான் இருந்தான், இங்கயே வீடு எடுத்து இருந்தான். அதான் தொந்தரவா போச்சு".

"நாங்க எல்லாம் அப்பவே சொன்னோம்ப்பா. இவே கேட்கலெ, பாத்துக்கலாம்னு அசால்டா இருந்துட்டான்".

"நம்பர் தர்றேன், மதுரை பக்கம் செக் பண்ணிப்பாக்குறீயா...?"

"இப்ப அவன் எங்க இருக்கான்?"

"இங்கதான்"

"இவளைத் தான் காங்கலெ!"

"அந்த முண்டப் பயதேன் எங்குட்டோ கொண்டு போய் ஒழிச்சிருக்கான்..."

"போலீஸ்லெ?"

"அசிங்கமாப் போயிடும்னு பாக்குது, தெரிஞ்ச ஆட்களை வெச்சு சொல்லியிருக்கு, பாப்போம்"

"பிள்ளைங்க நாகு...?"

"ரெண்டையும் கொண்டு போய் ஊட்டியிலெ, மலை காட்டுலெ படிக்கப் போடுறேன்டு கொண்டுபோய் விட்டுட்டாக, பொட்டப் புள்ளகளை கைக்குள்ள வைக்க மாட்டாப்புலெ, இப்படியா செய்வாக"

"யம்மா... சித்த நீ சும்மா இருக்குறீயா. கீழேபோ, அப்புறம் பேசலாம்"

"இதுக்கு ஒண்ணும் கொறைச்சல் இல்லெ. இப்படித்தாம்பா, என்னை கூடவே சேக்க மாட்டாக, அவளுக்கு என்னையக் கண்டாலே பச்ச நாவியா இருக்கும். போடின்டு நானும் இந்தப் பக்கமே தல வச்சுப் படுக்கிறதில்லெ. இந்த வீடு பால் காச்சுரதுக்கு கூட எங்களை கூப்பிடலெ... இப்படி கெடக்கானேன்னு தான் மனசு கேக்காம வந்தேன்."

"சரி போம்மா,"

"அழிச்சாட்டியம் பண்ணிப்பிட்டா"

"சரி. போ"

"நீ ரெண்டு நொக்கு நொக்கியிருக்கணும்" என்று சேலை முந் தானையை எடுத்து முகத்தைத் துடைத்துக் கொண்டே நாகுவின் அம்மா கீழே இறங்கினாள்.

"அந்தப் பய கார் ஓட்ட வந்தவன் கெணக்காவா இருந்தான். சீப்பும் கையுமா திரிஞ்சான்"

"..........."

"நேரம் கெட்ட நேரம். பொம்பளை ஆளுங்க புழங்குற வீட்டுக் குள்ள, அவனுக்கு என்ன ஜோலி?"

"கண்டிக்க வேண்டாம்?"

புலம்பிக் கொண்டே இறங்கிப் போனாள். நாகப்பனின் மனைவி யின் தோற்றத்தை மனதில் கூட்டிப் பார்த்தான். ஊருக்கு வரும் போதும், வேறு சில விசேஷ வீடுகளிலும் அவளைப் பார்த்திருக்கி றான். இதோ இந்த அறையில் கூட அவளும் நாகப்பனும் சிரித்துக் கொண்டிருக்கும் போட்டா ஒன்று கூட இருக்கிறது. நாகப்பன் மனைவி ஜெயராணி அழகில்லை, ஆனால் அவளிடம் ஒரு ராணி தோரணை எப்போதும் உண்டு! ஏழைக் குடும்பம்தான். நாகப்பனைக் கைபிடித்த பின்புதான் அவள் நடை, அசைவு, அவள் வாயில் இருந்து வெளிப்படும் வார்த்தை, அது வெளிப்படும் விதம் தினுசு, எல்லாமே ஒரு ராணி தோரணைதான். எப்போதும் மஞ்சள் தேய்த்துக் குளித்த உடம்பும்! பவுடர் பூசிய முகமுமாகத்தான் காட்சித் தருவாள்!

"அரசல் புரசலாச் சொன்னாங்க... நான் நம்பல... சும்மா சொல்றாங்கனு இருந்துட்டேன்"

"ப்சு.."

"முழுசா அவளை நம்பி எல்லாத்தையும் விட்டுட்டு தொழிலு தொழிலுனு சுத்திட்டேன்..."

"நல்லா விசாரிப்போம் நாகு"

“அம்புட்டுத்தேன். என்னத்த விசாரிக்க, அசிங்கமாயிடுச்சு”

“வுடு, நாகு”

“இனிமேற்கொண்டு ஊருக்குள்ள நடமாடமுடியாது” என்று முகத்தை மூடிக் கொண்டு அழுதான்.

அவனால், அவன் மனதில் இருப்பதை, உள்ளது உள்ளபடி பேச முடியாது தவித்தான். அந்தரங்கம் கதவை உடைத்துக் கொண்டு வீதியில் இறங்கிவிட்டது. அதன் பலஹீனத்தால் காற்றுப் போல தெருவெங்கும் ஓடிற்று, ஊரே சலசலத்தது. உசுருக்கு ஆபத் தில்லை, ஆனாலும் நெஞ்சு புண்ணாகிவிட்டது. இது மானப்பிரச்சனை! மௌனமாக நெஞ்சில் தீ எரிந்து கொண்டிருந்தது. தணலாகத் தகித்துத் தகித்து, நெஞ்சைக் கரியாக்கிக் கொண்டிருந்தது. இந்த இரண்டு, மூன்று மாதங்களாக, நிம்மதி இல்லை, “எத்தனை காசு பணம் இருந் தென்ன, நெஞ்சுக்கு ஒரு நிம்மதி வேண்டாமா?” என்று சின்ன வயசில இருந்து தண்ணிபட்ட பாடாய் இந்த வாசகம், கேட்டுக் கேட்டுப் புளித்துப் போனதுதான், இப்போது அந்த வாசகம் “சுளீர்” என்று சுடுகிறது, சுடத்தான் செய்யும்!

“அவங்க, இப்ப எங்க?”

“அவன்தான், எங்கோ கொண்டு போய் வெச்சிருக்கான்”

“உறுதிதானா?...”

“அவிந்தேன், ஊருக்கே தெரிஞ்சிருக்கு”,

“வெளியிலெ தெரியாம, எதுனா பண்ணியிருக்கணும்”,

“அதான் போலீசுக்கு கூட போகாம இருந்தது.”

“ம்”

“போலீஸ் அவங்கிட்டயும் காசவாங்கிட்டு, நம்மகிட்டயும் கைய நீட்டுது!”

“பார்ப்போம்”

“ஒனக்கு போலீஸ் கமிஷினர்ட்ட சொல்ல ஆள் இருக்கா, அப்பனாத்தான் முடியும்!”

“பாக்குறேன் நாகு”

“கொஞ்சம் பாரேன், கமிஷினர் சொன்னா எதுனா செய் வாங்க, இல்லைனா இழுப்பாங்க...”

“அவன், அந்த டிரைவர் வசதியா?”

“பிச்சக்காரன், எல்லாம் இவ கிட்ட இருந்து உருவியிருக்கான்னு சொல்றாங்க, ஒரு கணக்கு வழக்கே இல்லை, நானும் கொண்டாந்து கொண்டாந்து கொட்டினேன். ஒரு கோடிகிட்ட ஒதுக்கிட்டாங்கு றாங்க,”

“அம்புட்டா?”

“என்னென்னவோ பேசுறாங்க!”

“எதுனா செய்வோம்”

“ஒண்ணும் பண்ணமுடியலெ. வசமா சிக்கியாச்சு. இந்த வூடு அவபேர்லெ தான் இருக்கு, சில சொத்துக அவ பேர்லே தான் இருக்கு...”

“ப்சு”

“ரெண்டும் பொம்பளப் புள்ளங்க! போனவாரம் ஊட்டி போனேன். பேரண்ட் மீட், அம்மா வரலையான்னுதான் ரெண்டும் கேக்குதுக. மனசு தாங்கல, அழுகை வந்துடுச்சு. பெரிசு பிளஸ்டூ, கொஞ்சமாவது புரியட்டுமேன்னு, லேசா சொன்னேன்! “அம்மா நல்லவங்கப்பானு” சொல்லுது, அந்த பச்சமண்ணு நினைப்புலெ இப்படி மண்ண வாரிப் போட்டுட்டாளேனு அலறிட்டேன். நா அழுவுறதப் பார்த்துப்பிட்டு ரெண்டும் அழுவுதுங்க. அப்புறம். “அழுவாதப்பா... அழுவாதப்பானு... சொல்லுதுங்க, அதுகளுக்காகத் தான், நான் பாக்குறேன்...”

“சரி யோசிப்போம்”

“நம்பர் தர்றேன் கொஞ்சம் பாரு. கமிஷினருக்கு யார்னா இருந்தா சொல்லு...,

“இங்க போலீஸ்ட்ட போனா, காசப் புடுங்கிட்டு விட்டுருவான், காரியம் ஆவாது...”

“ஒனக்கு என்ன தோணுது நாகு?”

நாகப்பன் வாய்வார்த்தையாக ஒன்னும் பேசவில்லை, எங்கோ பார்த்தான். பரிதவிக்கும் பார்வை! இந்த இரண்டு மாதங்களில் அவனைப் பற்றியும் – ஜெயராணியைப் பற்றியும் – அவனை – அந்தத் துரோகியை அதான் அந்த டிரைவரை, ஒரு மனிதன் என்று நம்பி, ஒரு வருடத்திற்கு மேலாக நம்மோடு இருக்கிறானேஅவனுக்கும் பிள்ளைகுட்டிக இருக்கு என்ற உணர்வில் போர்ட்டிகோவைத் தாண்டி, புழங்கவிட்டு நெஞ்சைப் புண்ணாக்கிக் கொண்டு, இப்போதும்கூட அதை நம்ப முடியவில்லை. உயர எழும்பிய கட்டடம் சடசடவென்றுச் சரிந்து, விழுந்து மண்ணாகி விட்டாற் போல் தான் இருக்கிறது! அப்படி விழுந்ததைவிட, எப்படி விழுந்தது என சதா ஆராய்ந்து ஆராய்ந்து, மனசுதான் நிலை கொண்டு நிற்காது நிம்மதியற்று இத்துப்போய் விட்டது! ஒவ்வொரு செய்தியாகக் கேட்க கேட்க, ஒவ்வொரு முடிச்சாக அவிழ அவிழ அர்த்தமாகும் அந்த நிர்வாணம் நெஞ்சை அமுக்குகிறது!

இந்த பத்துப் பதினைந்துவருட காலத்தில், "நீயும்–நானும்" என்ற பதத்தின் அந்தரங்கத்தில் ஒரு அந்நியன்! அருவருப்பு, நான் கண்டு கண்டு கனிந்து பல நேரங்களில் உன்னோடு கலந்து, உன் காதோடு உளறிய உன் வனப்பு, வாளிப்பு, உன் உள்தோற்றம் ஏதோ ஒரு லயிப்பில் உருகி, பொழிந்து, உறவென்று உயிர் பெற்று, இரண்டு உயிர்களைப் பெற்று, பொலிவுபெற்று இப்போது எல்லாமே பொசுங்கி, ஊரார் விழிக்கு விருந்தாகி விட்டோமே என்ற வேதனை... இப்படி பறிகொடுத்த மனது, பித்துப் பிடித்தாற்போல், எத்தனை நாளைக்கு...? அடிக்கடி கொலை வெறிகொண்டு மனம் விசுவரூபம் எடுக்கின்ற போதெல்லாம், அந்த இரண்டு பச்சை மண்ணின் முகம்தான் அழுத்து கிறது.

"கிளம்புறேன், ரொம்ப நாழியா ஒக்காந்திட்டேன்"

"ம்..."

"சாப்பிடுறீயா?"

"சாப்பிடத்தேன் வந்தனாக்கும், நீ ஒண்ணும் மனசைப் போட்டு ஒழப்பாதே. எல்லாம் நல்லபடியா நடக்கும்."

"நீயும் என்ன செய்யலாம்னு பாரு... திசை தெரியாமக் கிடக்கேன்".

"பாக்குறேன்"

"பெரிய இடிதான் எனக்கு!"

"மனச ஒழட்டாத!"

"என்ன பாவமோ?"

நாகப்பன் கீழே இறங்கி வந்து, வெளிக் கதவின் உள்தாழை விலக்கி, கதவைத்திறந்து விட்டான். உள் இருந்த வாக்கிலே, வீதியில் தலைகாட்டாமல் அவன், அப்படி நின்று கொண்டது, சங்கட மாகத்தான் இருந்தது. அவன் வீதியில் இறங்கி நடந்தான். உள்ளே மண்டிக்கிடந்த புழுக்கம் வெளியே இல்லை, வாடைக் காற்று, சற்று பலமாக வீசியது, தெரு நடமாட்டம் இல்லை. வடக்குத் தெருவைத் தாண்டி, கிழக்குத் தெருவைத் தொடும்போது நல்லதண்ணிக் குழாய டிப்பக்கத்தில் இருந்த கனகுவின் வீட்டைத் திரும்பிப் பார்த்தான். ஏனோ தெரியவில்லை – அவள் வீட்டைப் – பார்க்க வேண்டும் போல வந்தது, இவன் அதைக் கடந்து நடந்தான், கூடவே வாடைக் காற்றுதான், தெருநாய் போல அவனைத் துரத்திக் கொண்டே வந்தது!

'கல்கி' – தீபாவளி மலர் 2018

❑

இருள் முகம்

திரண்ட இரவு மெல்ல மெல்லக் கரைந்து வடிந்து கொண்டிருக்கிறது! அடர்த்தியான இருளின் கருமையைக் குளிர்காற்று, கரைத்துக் கொண்டிருந்தது. இன்னும் பகல் பழுக்கவில்லை! தூக்கமில்லாதவனின் இரவு! துயரமான இருளின் அடர்த்தியில் புதைந்து கொண்டு, இருளைக் கடக்கப் புரண்டு கொண்டிருந்தான். தூக்கம் மண்டிய மனதில் பளு கூடிவிட்டது! அது அழுத்த அழுத்த மனம் துவண்டு விடுகிறது. இதைக் கடந்து விட மாட்டோமா என்ற ஏக்கத்தின் அழுத்தம் நெஞ்சை இறுக்கி விடுகிறது!

இரவு பழுத்து பகல் திரண்டுவிட்டால் மட்டும் அந்தத் துயரம் வடிந்துவிடவா போகிறது? வாழ்வின் வழுக்குப் பாறையில் நிற்கிறான்! ஏதாவது ஒரு சிறு பிடிமானம் அகப்பட்டுவிடாதா என்ற உயிரின் துடிப்பு!

நடுநிசி! மண் உண்டியலை உடைக்கும் சப்தம்! பொதுக் கென்று தரையில் உடைபட்டு "சலீங்"கென்று சிதறி திசைதோறும் ஓடி ஒழுகும் ஓசை! சற்றுநேரம்தான்! கிண்ணென்று அதிர்ந்து அந்த ஓசை அடங்கிற்று! இது உண்மையா! பிரமையா? இந்த நடுநிசியில் யார் உண்டியலை இப்படி உடைக்கப் போகிறார்கள்! அதுவும் மண் உண்டியல்? மலையப்பன் காதில் அந்த ஓசையின் அதிர்வு நீங்க வில்லை! மனதின் ஓசையோ?

வெகுநேரம் வரை அந்த ஓசை காதில் சுழண்டு கொண்டிருந்தது! ஒவ்வொரு சல்லிக் காசும் ஓடி, உருண்டு சுழன்று, அமைதி கொள்ளும் கடைசிச்சொட்டு, ஓசை வரை காதில் ஒழுகிற்று. அதைச் சற்று நிதானித்து உள்வாங்கும் போது, காற்று இழுத்துப் போகும் அரச இலைச் சருகு போல இழுபடும் ஓசை! மிகத் துல்லியமாகக் காதில் இறங்கும் அந்த ஓசை!

மணி இரண்டு! இப்படித் தூக்கம் வராது, படுக்கவும் பிடிக்காது, படுக்கையில் புழுவாய், நெளிந்து கொண்டிருந்தால்? காதில் விழும் ஓசையும், மனதில் எழும்பும் ஓசையும், இடத்தை மாற்றிப் படுத்தா யிற்று! ஒரு மணிக்கு ஒரு தரம் தலையணையை இப்பாலும், அப் பாலும் திருப்பிப் போட்டும், மாற்றிப் போட்டும், ஒன்றும் பிர யோஜனமில்லை! துலங்கிக் கொண்டு இருக்கும் வெளிச் சத்தையே, வெறித்துக் கொண்டு, முகத்துக்கு நேராக அலையும் கொசுக்களை விரட்டிக்கொண்டு, சட்டென்று படுக்கை ஸ்விட்சைப் போட்டான். தலைமாட்டுக்கு மேல், உயரத்தில் இருந்து வெளிச்சம்! குபீரென்று பாய்ந்த அந்த ஒளியில் செல்வியின் உடல் சற்று அசைந்து கொடுத் திற்று! விழிப்பு இல்லை!!

“இந்த மாத்திரையைப் போட்டுக்கட்டும். தொந்தரவு இருக் காது. தூங்கிடுவாங்க..” நல்லா தூங்குகிறாள்! நேற்றும், அதற்கு முன்பும் கூட இந்தத் தூக்கம் இல்லை. ஒரு வேளை தூக்க மாத்திரை யாகக் கூட இருக்கலாம். மலையப்பன் செல்வியையே பார்த்தான். அவள்கிடக்கும் கோலம் அச்சமூட்டியது. போர்வையை இழுத்து, உடம்பில் விட்டுக் கொண்டு, ஒருக்களித்து, உடலை இப்பாலும், அப்பாலும் சற்று அசைத்து சுவரோரமாகச் சுருண்டு கிடந்தாள்! அவள் உதடு சுழியிட்டு ஏதோ முனங்குகிறாற் போல், ஒரு சப்தம்!

சட்டென்று விளக்கை அணைத்துவிட்டான். இருளிலே சிறிது நேரம் இருந்தான்! அந்த வீட்டில் எப்போதும் “வெளிச்ச”த் தொந் தரவுதான். பகலில் விளக்குப் போடாமல் ஆகாது! இரவில் வெகு நேரம் விளக்குப் போட்டால் ஆகாது! அருகருகே வீடுகள்! ஒவ்வொரு “பிளாக்கும்” மூச்சுமுட்டுகிறாற்போல் உரசிக் கொண்டிருக்கும், இரவில் வெகுநேரம் விளக்கு எரிந்தால் அடுத்த வீட்டிற்குத் தொந் தரவு! ஏகப்பட்ட முணுமுணுப்புக் கிளம்பும். வெளிச்சம் அத்துமீறி அடுத்த வீட்டுப் படுக்கையறைக்குள் நுழைந்துவிடுகிறது. “அதற்காக நம் வீட்டில் நம் விளக்கைப் போடக் கூடவா நமக்கு உரிமை இல்லை?” “ஜன்னலுக்கு திரைச்சீலை போடுங்கள்” என்கிறார்கள். “உனக்கு வேணும்னா நீ போட்டுக்க! சும்மாவே காற்று இல்லை! போன மாதம் வாக்கு வாதம் முற்றி முகத்தை முறித்துக் கொள்ளும் படியாயிற்று!” தோற்றுப் போய்த்தான் வந்தாள் செல்வி!

செல்விக்கு இந்த வீடே பிடிக்கவில்லை! வாடகைக்குப் பயந்து தான் இங்கே வந்து பதுங்கிக் கிடக்கிறது! ஒட்டோ உறவோ இல்லா மல் இப்படி ஒதுங்கிக் கிடக்க முடியவில்லை! அதுவும் மூன்றாவது மாடி! தெரு நடமாட்டத்தையோ, மனுஷ முகங்களையோ பார்க்கத் தோது இல்லாமல் இருக்கிறது. அந்தரத்தில், அதுவும் இந்த வெப்ப மிதப்பில்! காய்கறி விற்பவர்கள், பழைய பேப்பர் எடுக்கிறவர்கள், அயர்ன் வாங்க வருகிறவர்கள் எல்லாமே முதல் மாடியோடு முடித்துக் கொள்கிறார்கள். மூன்றாவது மாடி என்றால் முழங்காலைத்

தொட்டுக் காட்டுகிறார்கள். எதிர்வீடும், பக்கவாட்டில் இருக்கும் வீடும் எப்போதும் மூடியேதான் கிடக்கிறது! அதில் ஒரு வீடு, இந்த மூன்று வருசத்தில் இரண்டோ, மூன்றோ முறைதான் திறந்து இருக்கிறது! "ஆத்திர அவசரத்திற்கு என்ன செய்யுறது?" என்று செல்விதான் அடிக்கடிப் புலம்புவாள். வாட்சுமேன் பாவம்! வயசாளி! காதும் மந்தம். அவரை கீழ் வீட்டு மாமிதான் வேளா வேளைக்குச் சோறு கொடுத்துச் சுதந்திரப் படுத்திக்கொண்டாள். அவருக்கு அந்தம்மாளுக்கு கை வேலை செய்யவே நேரம் சரியாகப் போய் விடுகிறது! அபார்ட்மெண்டுக்கு, யார் வருகிறார்கள் போகிறார்கள் என்று கண்காணிக்க நேரம் ஏது? பொழுது இறங்கிவிட்டால் கண் பழுத்துவிடுகிறது. உட்கார்ந்து கொள்வார். செல்விக்கு இதெல்லாம் தான் பயம்!

செல்வி அப்படியே அசையாமல் கிடக்கிறாள். அவளின் சேலை விலகி, முழங்காலுக்கு மேல் ஏறிக்கிடந்தது. போர்வை இடுப்பில் மலைப் பாம்பு, மாதிரிச் சுருண்டு கிடந்தது! தூக்கத்தில் அவள் முகம், ஒருவிதத் "துக்க" கலக்கம் கவிழ்ந்தாற்போல் இருந்தது. தூங்குகிறவர்களை இப்படி உத்துப் "பார்க்க"க் கூடாது. என்பார்கள். மலையப்பன் பார்வையை விலக்கினான். சற்றுத் தள்ளி, விரிப்பில் இருந்து விலகி, அவள் காலடியில், ஈரமிதப்பாக, குப்புறக் கவிழ்ந்து கிடந்தான் மிதுன். அவனைத் திருப்பிப் போட நினைத்தான். விழித்துக் கொண்டால் அழுகையை நிறுத்தமாட்டான். செல்விக்குத் தூக்கம் கெட்டதே அவனால்தான். காலம் கழிந்துப் பிறந்தவன்!

செல்வி தனக்கு உள்ள தொந்தரவுகளை நிறுத்தி, நிறுத்தி ஒரு தொடர்பு இல்லாமல் சொல்லிக்கொண்டிருந்தாள். சொன்ன விதத்திலும் தொனியிலும் நோயின் துயரம் தெரிந்தது. விலகி விடாதா என்ற வேதனை. துடைத்து எறிந்து விட வேண்டும் என்ற வேகம். செல்வி சொல்வதை டாக்டர் காது கொடுத்துக் கேட்கிறாரா இல்லையா? தெரியவில்லை! நாக்கை நீட்டச் சொன்னார். கண்களை விரல்களால் விரித்துப் பார்த்தார். இரத்த அழுத்தம் சோதித்தார். ஏழு எட்டு உடற்பரிசோதனைகள், இங்கும் அங்கும் அலைந்து எடுத்து வந்தது. அதுவே ஒரு சோதனை போல் தான் ஆயிற்று. காலை, மாலை சாப்பிட்டும் சாப்பிடாமலும் ஆறுநாட்கள் அலைச்சல். அதுவே ஆளை அசைத்துவிட்டது. ஏழு எட்டுக் காகிதங்கள் எல்லாம் ஒரு புரட்டுப் புரட்டினார்.

செல்வி மீண்டும் தன் நோயின் தீவிரம் குறித்து, டாக்டரிடம் படபடப்போடு சொன்னாள். காது கொடுத்துக் கேட்கிறாரா? இல்லையோ! எத்தனை தடவை தான் கேட்டிருப்பார். எத்தனை பேரிடம் கேட்டிருப்பார். எல்லாம் அவர் காதை மட்டும் தொடுகிறது. இல்லாவிட்டால் அவர் முகம் அப்படியேவா இருக்கும்? ஒரு சிறு சுழிப்பு இல்லை. துடிப்பு இல்லை. விழியில் கூட வியப்பின் உயர்வு

இல்லை! கவனிப்பின் தாழ்வு இல்லை! இத்தனைக்கும் காதுக்குள் சொறுகி இருந்த ஸ்டெத்தாஸ்கோப், தோளுக்குத் தாவி விட்டது.

செல்வியின் ஊரில் சுப்ரமணி டாக்டர் என்று ஒருத்தர் இருந்தார். டாக்டர்னா அவர்தான் டாக்டர். ஊரே அவர் வீட்டு வாசலில் தான் காத்துக் கிடக்கும். வேனல் பந்தல் முழுதும் மனுஷக் கூட்டமாகத்தான் இருக்கும். பொறுமையாகப் பார்ப்பார். காது கொடுத்துக் கேட்பார். சொன்னதையே திரும்பத் திரும்பச் சொன்னாலும், அப்பத்தான் புதுசாக் கேட்பது போலக் கேட்பார். கையைத் தொட்டு, முதுகைத் தட்டி, நல்லதா நாலு வார்த்தை, ஆளை எழுப்பிவிட்டு விடுவார்! எப்போ, எத்தனை மணிக்குப் போனாலும் மலர்ந்த மாதிரித்தான் இருப்பார். இப்போ இங்கே எல்லாம் மரத்துப் போய் விட்டார்கள்!

பிரிஸ்கிரிப்ஷன் சீட்டில், மடமடவென்று மாத்திரைகளை எழுதத் தொடங்கினார். நிறுத்தவே இல்லை. முன்பக்கத்தை முடித்து, பின் பக்கம் திருப்பினார். செல்வியின் முகம் வாடி விட்டது; சரட்டென்று அந்தக் காகிதம் கிழிபட்டதும், அவள் முகத்தில் இருந்து ஏதோ உதிர்ந்துவிட்டாற்போல் இருந்து. குரல் ஒழுகிற்று!

"இந்த மாத்திரைகளைச் சாப்பிட்டுச் சாப்பிட்டு வயிறு எரிஞ்சு, புண்ணாயிடுது சார்.."

"அதுக்கும் மருந்து எழுதியிருக்கேன்.."

"வயித்த பொறட்டுது. எரிஞ்சு எரிஞ்சு வலிக்குது.."

"சாப்பிடுங ்க. சரியாயிடும்."

"டெஸ்ட் ரிப்போர்ட்? என்ன சார் தொந்தரவு?"

"இருபது நாள், நான் எழுதிக் கொடுத்தத சாப்பிடுங்க பார்க்கலாம்.."

"முடியலெ. டாக்டர்."

"தண்ணீய நெறைய குடிங்க. மோர் சாப்பிடுங்க. காரம் வேண்டாம்."

வெளியே வந்து வெகுநேரம் வரை அவள் ஒன்றும் பேசவில்லை. இப்படி டாக்டரை பார்த்துவிட்டு, வந்து ஒருவாரமோ பத்துநாட்களோ நோய் பற்றிய பிரக்ஞை இன்றி இருப்பாள். நோய் பற்றிப் பேச மாட்டாள். பஸ்ஸுக்காகக் காத்திருக்கும் வேளையில் அந்த மருந்துச் சீட்டைத் திருப்பிப் பார்த்தாள். வெறுப்பு. அவளுக்கு மாத்திரைகள் மீது நம்பிக்கை போய்விட்டது. அவளின் நோய் உடலைத் தாண்டி விட்டது!

பஸ்ஸுக்காக, அதுவும் இந்த வேகாத வெயிலில் இப்படிக் காத்துக் கிடப்பது மனவாதையாக இருந்தது. பக்கமாக இருந்தால் ஆட்டோ பிடிக்கலாம். தூரம்! சும்மாவே ஆட்டோக்காரனைப்

பிடிக்க முடியாது. எவ்வளவு கேட்பானோ என்று சொல்ல முடியாது! ஆட்டோ பிடித்துப் போய்வரும் அளவுக்கு கூட நாம் இன்றும் உயரவில்லையோ என்ற வேதனை ஊறியது! இப்படி ஒவ்வொன்றாக நினைக்கின்றபோது, இதெல்லாம் ஒரு வாழ்க்கையா என்ற சலிப்புதான் மிஞ்சுகிறது. இன்றைக்கு மேலே ஏறிவிடுவோம். நாளைக்கு மேலே ஏறிவிடுவோம் என்று நம்பி நம்பி மனசு நமத்துப் போய்விட்டது. மலையப்பன் சட்டை மேல் பட்டனைப் பிரித்து விட்டு, "உஸ் உஸ்" என ஊதி ஊதி ஆற்றிக் கொண்டிருந்தான். செல்விக்கும் வேர்வை. ஒரு ஆட்டோ வைத்துக் கூப்பிட்டுப்போக மாட்டானா என்று நினைத்துக் கொண்டிருப்பாளோ?

"ஒரு ஆட்டோ பிடிப்பமா?"

"அதான் பஸ்டாப் வந்தாச்சிலெ."

ஆஸ்பத்திரியில் இருந்து, பஸ் ஸ்டாப் ஒரு கிலோ மீட்டர் தூரம். நடந்தே கூப்பிட்டு வந்ததுகூட கோபமாக இருக்கலாம்!

"பஸ் ஒண்ணும் காணோம்?"

"நிப்பம்"

"எதுனா குடிக்கிறீயா?"

"வேண்டாம்"

செல்வியின் முகத்தைக் கூர்ந்து பார்த்தான். அவள் முகம் கறுத்துக் கிடந்தது. வெயிலினால் உண்டான கறுப்பு இல்லை அது; வெறுப்பினால் உண்டான கறுப்பு. அவளுடைய வார்த்தைகளில் வெளிப்படும் கசப்பும் துயரும் மலையப்பன் மனதைப் பாதித்து விட்டது. அவளுடைய வார்த்தைகளைவிட முகச் சுழிப்புதான் முள் மாதிரிக் குத்திவிடுகிறது. குபுக்கென்று ரத்தம் வடிந்துவிட்டால் தேவலை. இது அப்படி அல்ல; உள் குத்தாகவே குடைந்து கொண்டி ருக்கும். புண்ணாகிச் சீழ் வைத்து ரணம் கூடும். மலையப்பன் அவளுடைய முகத்தையும் பஸ் வரும் சாலையையும் மாற்றி மாற்றிப் பார்த்துக் கொண்டிருந்தான். எதற்காக இப்படிக் கிடக்கிறோம். எந்த லட்சியத்தை அடைய இப்படித் துயரப்பட்டுக் கொண்டி ருக்கிறோம். தனக்கு என்ன லட்சியம்? வாழ்வதே லட்சியமாகி விட்டதோ? இப்படி ஒவ்வொரு நாளும் நிம்மதியை இழந்து கொண்டு, நிம்மதியை மட்டுமா? இத்தனை நாள் வாழ்வில் லாபம் என்று ஏதாவது உண்டா?

தூரத்தில் ஒரு பஸ் வருவது தெரிந்தது!

"இதுலெ போயிடலாமா?"

"ம்"

"கூட்டமா இருக்கிறாப்புலெ தெரியுது."

"மஞ்சப் போர்டா இருக்கே?"

"எதுனா என்ன?"

"டபுள் சார்ஜ் கேப்பான்!"

"இருக்கட்டும்."

"கூட்டமா இருக்கு. இப்படிக் கொஞ்சம் தள்ளி நில்லுங்க!"

"அடுத்ததைப் பார்க்கலாம். இதுலெ ஏறமுடியாது"

"எல்லாம் அப்படித்தேன் வரும்..."

நல்ல கூட்டம் தான். ஒருக்களித்துக் கொண்டே வந்த பஸ், நிறுத்தத்தில் வேகத்தைக் குறைத்து, நிற்பதுபோல, பாவ்லா காட்டி சட்டுனு வேகமெடுத்தது. பின்னாடியே ஓடிய கூட்டம், விரக்தி யுடன் திரும்பிற்று.

"இந்த ஆட்டோகாரன்ட கேக்கட்டுமா?"

"இன்னும் ஒரு பஸ் பாப்போம்"

வெயில் சுள்ளென்று இறங்கியது. கண்களில் இருள் மிதக்கத் தொடங்கிற்று.

மலையப்பனுக்குச் சமீபமாக வாழ்வின் பிடிமானம் நழுவிக் கொண்டிருக்கிறது. பயமும் பதட்டமும் அவ நம்பிக்கையும் கூடிவிடு கிறது. எதையாவது ஒன்றைப் பிடித்துக்கொண்டால்தான் இந்தத் தொந்தரவுகளில் இருந்து விடுபட முடியும். அப்படிப் பிடித்துக் கொள்ளத்தான் ஒன்றும் அகப்படவில்லை. தனக்கான பிடிமானம் இதுதான் என்று நம்பியது எல்லாம் நழுவிவிடுகிறது. அகப்பட்டதை, கையகப்படுத்திக் கொள்ளும் சாதுரியமோ அறிவோ அவனுக்கு இல்லையோ என்னவோ! இந்த உலகை, அதன் போக்கில் அறிந்து கொள்ளும் ஞானம் இல்லை; எல்லா பரீட்சைகளிலும் தேறியவன் தான் அவன். ஆனால் அதுமட்டும் போதுமா?

அது சுய வாழ்விலும் எதிரொலிக்கிறது. மலையப்பனுக்கு, செல்வியிடம் பிரியம் உண்டு. அவளைப் போன்ற ஒருத்தியை, மனைவியாகப் பெற்றது தன் பாக்கியம் என்று கூட சில நேரங்களில் எண்ணிக்கொள்வான். அவளின் குற்றங்களும் குறைகளும் கண்ணில் பெரிதாகப்படுகின்ற போதுதான், அந்த உறவு இன்னும் பழுக்க வில்லையோ என்று கூடப் பட்டுவிடும். அதைக் கனிவித்து, பழுக்க வைக்கிற சாதுரியமோ, சாமர்த்தியமோ கூட தனக்கு இல்லை என்று நினைத்துக்கொள்வான். அவளிடம் நிரந்தரமாகத் தங்கிவிட்ட சோக மும் தன்னைப்பற்றிய பிரக்ஞையும் இன்றி அவள் இருப்பதைக் காணும் போது அவள் மீது அனுதாபம் வரும்; அதுவும் சில நொடி தான். "எல்லாம் நம்மளோட விதி" என்று மனதில் தோன்றிவிடும். தன் வாழ்க்கை அவ்வளவு சோபிதமாக இல்லையோ என்ற பச்சா தாபம் எழும்பிவிடும்.

எதையும் சமாளித்து ஏற்றுக்கொள்ள முடியாத மனம், நிம்மதி பெறுவதற்காக வந்த இடத்தில் நிம்மதியை இழக்க நேரிட்ட அவலத்தில் மனம் திணறியது. அலைக்கழிப்பில் அந்த மனம் நிலையாக ஓரிடத்தில் நிலை பெறமுடியவில்லை. அப்படித் தனக்கென ஓரிடம் அமையாது, அலைவுற்று, நாடியது இல்லா விட்டாலும் நாசூக்காகக் குடித்தனம் நடத்தலாம் என்றால், இத்தனை வருட வாழ்வில் இன்பமான ஞாபகம் ஒன்றுகூட நெஞ்சில் தங்கவில்லையே என்ற விரக்தி! தகிக்கும் அந்தத் தனிமையை கண்ணீரில் நனைக்கத்தான் முடிகிறது. தன் மனதில் மட்டும் ஏன் இத்தனைத் துக்கங்கள்?

"முதலெ இந்த வீட்டை மாத்தனும்?"

"எதுக்கு?"

"இங்க வந்த நாள்லெ இருந்து, ஒரே கலக்கம் தான். நிம்மதியா இருந்திருக்கா?"

"வாஸ்துபடி தானே இருக்கு"

"நமக்கு முன்னாடி ஒரு பேங்கு காரவுக இருந்தாங்க. அவுக அடிக்கடி சொல்லுவாக.. அந்த அம்மா, எத்தனை தடவை அழுதிருக்கு தெரியுமா?"

"அப்படியெல்லாம் இல்லெ"

"என்ன அப்படியெல்லாம் இல்லெ. இருக்க வூடு ரொம்ப முக்கியம் தெரியுமா? இங்க வந்ததுலெ இருந்து ஒண்ணத் தொட்டு ஒண்ணா வந்துகிட்டிருக்கு பாருங்க..."

"ஒனக்கு என்னவோ இந்த வூடு பிடிக்கலெ. அதான்."

"அப்புறம் ஒங்க இஷ்டம்!"

மலையப்பன் செல்வியை நிமிர்ந்து பார்த்தான். அவள் முகத்தில் படர்ந்திருந்த சோகத்தை, அவள் வார்த்தைகளில் தொனிந்த துயரமும் சுருக்கென்று அவள் தன்னை உள் இழுத்துக் கொண்ட வேகமும். வேதனை! "நாம்ப எவ்வளவு சொன்னால் தான் என்ன?.. ம்.. எப்படியோ போகட்டும்.." என்று மௌனத்தைக் கூட்டிக்கொண்டாள்! வீடு புயல் கண்டு ஓய்ந்தது மாதிரி இருந்தது. அந்த அமைதியில், மனம் தெளிவு கண்ட நீரில் நெளியும் பூச்சிகளைக் கண்டது போல விழிப்புக் கொண்டது. மலையப்பனுக்கு செல்வி சொன்னது ஒருவிதத் தில் சரிதான் என்று பட்டது. எதையோ எதிர்கொள்ளப் பயந்து அவசரப் பட்டு, ஏதோ அசட்டுத் தீர்மானத்துடன்... நிம்மதி அவசியம்! தினசரி இப்படி நிம்மதியைத் தொலைத்துவிட்டு என்னதான் செய்வதாம்?

செல்வி அதன் பின் அந்தப் பேச்சை எடுக்கவே இல்லை!

செல்வியின் மனம் துவண்டு விழுந்தவுடன், போய் படுத்துக் கொள்வாள். எங்கோ பார்வை அலையும். மனம் விழித்துக் கொள்ளும். நம்முடைய பேச்சு எதையும் தன் கணவன் கேட்பதில்லை

என்ற மனத் தாங்கல்! அவனை வளைய வைக்கின்ற வசியம் தன்னிடம் இல்லையோ என்ற தாழ்வு, ஏதாவது பேசினால், கேட்டால் தெளிவானப் பதில் வராது. ஜன்னலுக்கு வெளியே பார்வையைத் திருப்பிக் கொள்வான். எதையோ ஆராய்வது போல, தேடுவது போல முகபாவம் கூடிவிடும். இதை எல்லாம் பார்த்துத்தான் எதுக்கு வம்பு என்ற தன் போக்கிலே இருந்து விடுவாள். அவரவர் போக்கில் அவரவர் இருந்துவிட்டால் குடித்தனம் எப்படித் துலங்கும்? "என்னவோ என் அதிஷ்டம் அவ்வளவுதான் போல்" கவலைப்பட்டு எதுவும் கரையேறவா போகிறது என்று சில சமயம் மனம் சமாதானம் கொள்ளும். அது அடுத்த அலை வரைதான். அதன்பின் அவதிப்படும் படியாகத் தான் இருக்கும். இந்த மாதிரியான நேரங்களில் அவளுக்கு இருக்கும் ஒரே ஆறுதல், மாலையில் கோவிலுக்குப் போவதுதான்! சமாதி கோயில், சிலையோ சித்திரமோ இல்லாது, இடுப்பளவு உயரம் கொண்ட சமாதி! தவக்கோலத்தில் ஒரு ஞானி ஜீவ சமாதி ஆகியிருக்கிறார். சமாதியைச் சுற்றிலும் அரளியும் செம்பருத்தியும் மண்டிக் கிடக்கும். அடர்ந்த தோப்பு. நகரின் நடுவில் இப்படி ஒரு தோப்பா? மயில் நடமாட்டமும், அபூர்வமாய் அது தோகை விரித்து, ஒரு சிலிர்ப்பை ஏற்படுத்தியும் விடும். அங்கு போனால் அவளுக்கு ஒரு நிம்மதி. ஆறுதல். அதுவும் சாதாரண நாட்களில் போனால் தான்; விசேஷசத் தினங்களில் போனால் இடிபட்டு மிதிபட்டு வரவேண்டியது இருக்கும். மயிலைக் காண மிதுன் உற்சாகம் கொள்வான். அவனைக் கையில் பிடித்துக் கொண்டு நடந்து விடுவாள்! அன்று எப்படியோ ஒரு மாதிரிக் கடந்துவிடும்! மற்ற பொழுது சுடு மணல் நடைதான்!

திடுதிப்பென்று மனம் எலிப் பொறியில் அகப்பட்டுக் கொள்கிறது! அப்படி அகப்பட்டுக் கொள்ளும் போது, உடல் சோர்ந்து, அசதிகண்டு விடுகிறது. அப்படியே பாயை விரித்து உடலைச் சரித்து விடுவாள். படுக்கை அறைதான் என்று இல்லை. நடு ஹாலில் படுத்து விடுவாள். சில நேரம் டைனிங் ஹால்... மிதுன் படிக்கும் அறை; சில சமயம் நடைபாதையை ஒட்டிய ரேழி மாதிரியான இடம்; நல்லா காத்து வருது' என்று உடலைச் சுருட்டிப் படுத்து விடுவாள். அப்படிப் படுக்கும் போது, தனக்கானத் தனிமையை, புறத்தைத் துறந்து அகத்திற்குள் அகப்பட்டாற் போல் ஒரு மயக்கம். 'இப்போ திருப்திதானே?' என்று தனக்குத் தானே மனம் கேள்வி எழுப்பிக் கொள்ளும். இப்படிப் படுத்துக் கொள்ளும் போது, ஒரு கனவு வந்து கூடும்; திரும்பத் திரும்ப ஒரே கனவு தான்; அப்போதைய மனநிலைக்கு ஏற்ப, வெவ்வேறு வடிவங்களில் தொனியில் அது வந்து கூடிவிடுகிறது; கனவா இல்லை வெறும் நினைப்பா என்றும் புரியவில்லை. அரை மணியோ, ஒரு மணியோ சில சமயம் அரை

நாளாகவும், நேரம் போனது தெரியாமல், புதை மணலில் மூழ்கினாற் போல் வாய்த்து விடும்! மூழ்கிவிட வேண்டியதுதான். விழிப்புத் தட்டி எழுந்தால் பளபளப்பும், சற்று மினுமினுப்பும் தான். கண்ணாடி யில் இருந்து முகத்தை எடுத்துவிட்டு மீண்டும் பார்த்தால், முகம் அதப்பாக வீங்கினால் போல் இருக்கும். கை, கால் முகம் என்று வீக்கமாகி விடும்.

இதுதான் செல்விக்கு இருக்கும் தொந்தரவு; நீண்ட நாட்களாக இருக்கும் தொந்தரவு. நீங்காதத் தொந்தரவு. செல்வி எப்போதும், இப்படி, சுனங்கி, சுனங்கிப் படுத்துக்கொள்வதும், மிதுனை சரிவரக் கவனிக்காமல், அவனோடு நேரம் செலவிடாமல், குறிப்பாகப் பாடம் சொல்லிக் கொடுக்காமல் 'தன்பாட்டுக்குச்' சோம்பிக் கிடப்பதும், தன்னைப் பற்றிய சுய பிரக்ஞையற்று, தலைவாராமல், பொட்டோ, பூவோ இட்டுக் கொள்ளாமல், வீங்கிய முகத்தோடு, சில சமயங்களில் வாடி வதங்கித் தொங்கிய முகத்தோடு திரிவதைக் காணும் போது மலையப்பனுக்கு ஏமாற்றமாக இருக்கும்; என்ன குத்தம் செய்தோமோ என்று கூட குறைபட்டுக் கொள்வான்.

"ஒரு வாட்டி குல தெய்வம் கோயிலுக்கு போவணும்" என்றாள்.

"ம். போகலாம்"

"மிதுன் பிறந்தப்பவே சொன்னேன்; அதான் நம்மல போட்டு வாட்டுது.."

"போவலாம்"

"சொன்னா போவனும்; இல்லாட்டி சொல்லக் கூடாது."

"அது எங்க இருக்கு?"

"ஏங்கிட்ட கேட்டா?"

"நம்ம கல்யாண பத்திரிகையிலெ சீலக்காரியம்மன் துணை"னு போட்டிருந்தீக...!"

"எங்கப்பாட்டதேன் கேக்கணும்"

"கேளுங்க. இந்த லீவுலெ போயி பொங்க வெச்சிட்டு வரலாம்"

"பொங்க வெச்சா எல்லாம் சரியாயிடுமா?"

"இந்த வூட்டையும் எப்படினா மாத்திப்போடனும். வேற எங் கிட்டாவது போவலாம். அடையாறுலெ இப்படி வீடு கிடைக்குமா?"

"வீடு மட்டும் இருந்தா போதுமா?"

என்றபடி மலையப்பன் செல்வியின் கண்களை ஊடுருவிப் பார்த்தான்; அவள் கண்களைத் தாழ்த்திக் கொண்டாள்.

'நம் நற்றிணை' – ஜுலை 2018

❑

கஞ்சக் கருப்பன்...!

கருப்பையா நாடார் என்றால் அந்த ஊரில் யாருக்குத் தெரி கிறது? "கஞ்சக் கருப்பன்" என்றால் தான் எல்லோருக்கும் தெரிகிறது! அப்படிச் சொன்னால்தான் சின்ன வாண்டுகளுக்குக் கூடத் தெரியும்! கருப்பையா நாடார் காலையில் துண்டைத் தூக்கித் தோளில் போட்டுக் கொண்டு, குளிக்க வாய்க்காலுக்குப் போகும் போதும், எப்போதாவது நேரங்கெட்டநேரத்தில் "வெளிக்கு" ஓடைக்குப் போகும் போதும், மறைவாக மாட்டு வண்டிக்குப் பின்போ, குட்டிச் சுவர் மதிலுக்குப் பின்போ நின்று கொண்டு, இரண்டு மூன்று சிறுசுகள் "கோரஸாக" "ஏ கஞ்சக் கருப்பா!" என்று குரல் கொடுக்கும். சில சமயம் அது ஒற்றைக் குரலாகக் கூட ஓங்கும்! அந்த நேரங்களில், கருப்பையா நாடார் தோள் துண்டை எடுத்து ஒரு உதறு உதறி, அதுகளை விரட்டுவது போல் பாவலாக் காட்டுவார். அவ்வளவு தான். திசைக்கொன்றாகச் சிதறி ஓடும். ஆளை அடையாளம் கண்டு கொண்டார் என்றால் போச்சு! ஆளைவிடமாட்டார். அப்போது ஒன்றும் செய்ய மாட்டார். பிற்பாடு கடைப்பக்கம் வரும்போது, கன்னி வைத்துப் பிடித்துவிடுவார்!

பத்ரகாளியம்மன் கோயில் தெருவில் தான் கருப்பையா நாடார் கடை இருக்கிறது! பலசரக்குக் கடை, அவர் கடையில் இல்லாத சரக்கே இல்லை என்று சொல்லும் அளவுக்கு, சரக்கு போட்டு வரு வார். செக்கு எண்ணெய், சோப்பு, சீப்பு, பவுடர் வகைகள், அரிசி, சோளம், கம்பு, போன்ற தானிய வகைகள், மளிகைச் சரக்கு, மாட்டுத் தீவனம், கொச்சைக் கயிறு, சணல், தார்குச்சி, தாம்புக்கயிறு, "புனுகு" அருப்புக்கோட்டை ஆறுமுகக் களிம்பு, சைபால் களிம்பு என்று சகலமும் அவர் கடையில் கிடைக்கும்! வாரா வாரம் சந்தைக்கு ஒரு வண்டியை அனுப்புவார். வியாழக்கிழமை சின்னமனூர் சந்தைக்கு மட்டுமல்ல, ஞாயிற்றுக்கிழமை தேனி சந்தைக்கும் இவர் வண்டி

போகும். விசேஷ நாட்களில் கம்பம் சந்தைக்குக் கூட வண்டி அனுப்பிச் சரக்கு போட்டுவருவார். சுத்தமானச் சரக்காக வாங்கி வைப்பார். சரக்கு வந்த மாயமும் தெரியாது, போன மாயமும் தெரியாது. சுற்றுபத்தில் இருக்கும் ஏழு எட்டுக் கிராம ஜனங்களும் அவரைத் தேடித்தான் வரும்! எல்லா விசேஷங்களுக்கும் அவர் கடைச் சரக்குதான்!

விலைமலிவு என்று சொல்லமுடியாது. “சரக்கு” சுத்தம்! கெடுதி இருக்காது. ஆனாலும் கறார் பேர் வழிதான். கை நீளாது. ஆள் குட்டையாக, கட்டையாக இருப்பார். நல்ல கருப்பு, ஏறு நெத்தி, கரு கருவென்று ரோமம் பூத்த உடம்பில், ஒரு முழ துண்டு தான் தொங்கும். துவைத்தாலும் வண்ணம் மாறாத அழுக்கேறிய வேஷ்டி, பின்னால் உட்காரும் இடத்தில் அழுக்கு அப்பிய தடம் தெரியும். சந்தைக்குச் சரக்கு போடப் போகும் போது மட்டும், சலவை வேஷ்டி, இந்த அடையாளங்களோடு “கஞ்சக் கருப்பன்” என்ற அடையாளமும் அவரோடு ஒட்டிக் கொண்டது!

தெருவில் விளையாடிக் கொண்டிருந்தவனை, அம்மா தரதர வென்று இழுத்து வந்து, ஒரு பெரிய சிட்டையை நீட்டி, “நாடார் கடையில் சரக்கு போட்டுட்டு வாடா” என்று முடுக்கி விட்டாள். அவனுக்கு நாக்கு வறண்டு விட்டது! நேத்துதான் அவரை ஒத்தைப் புளிக்குப் பக்கமாக வைத்து, “கஞ்சக் கருப்பா” என்று ஓங்கிக் கத்தி, கையும் களவுமாகப் பிடிபட்டான்! நாடார் விடமாட்டார், சிட்டையை நீட்டும் போது, எட்டி வாங்குவது போல, “லபக்” கென்று தாவி கையைப் பிடித்து, அப்படியே ஒரு முறுக்கு முறுக்கி, முதுகில் “நொங்”கென்று, உயிர்போக ஒரு குத்து விட்டுவிடுவார்! இல்லா விட்டால், பின் பக்கமாகத் திரும்பச் சொல்லி, தார்குச்சி யால், ரத்தம் வர ஒரு குத்து! அவனுக்குக் குலை நடுங்கிவிட்டது. “மாட்டேன்” என்று வீதிக்கு ஓடினான், அம்மா விடவில்லை “போடா, ஒனக்கும் ஒரு அச்சுவெல்லமோ, ஆரஞ்சு முட்டாயோ வாங்கிக்கோ” என்று நாக்கில் தேன் தடவி விட்டுவிட்டாள். சபலம் தான், ஆனால் நாடார் விளக்கு வைத்த பிற்பாடு “சிட்டைக்” கெல்லாம் சரக்குப் போட மாட்டார். அதுவும் இன்னைக்குத் தான் சரக்கு வண்டி வந்து இறங்கியிருக்கிறது. கூட்டம் ஜாஸ்தி, ரொக்கமாகக் கொடுத்து சரக்கு வாங்குபவர்களைத்தான் கவனிப்பார், சிட்டையை நீட்டினால் கண்ணை அந்தப் பக்கம் திருப்பவே மாட்டார். கால் கடுக்க நின்றே சாக வேண்டும்!

கடைசியில் ஏதாவது சாக்குப் போக்குச் சொல்லி திருப்பி விட்டுவிடுவார். இதற்கெல்லாம் பயந்துதான் அவன் அம்மாவிடம் சிக்காமல், தெருவுக்கு ஓடினான், அம்மா விடவில்லை. “ஊர்லெ இருந்து, எங்க போலீஸ் மாமா வந்திருக்கார், அதான் அம்மா சரக்கு போட சிட்டை கொடுத்தாங்கனு சொல்லு” என்றாள். “போன

வாட்டி சிட்டையைக் கொடுத்தப்பவே, பழைய பாக்கியே இன்றும் திகையலெ, போடா கணக்கு பைசல் ஆகட்டும்னு விரட்டி விட்டுட் டார்" என்று சிணுங்கினான். "இப்போ ஒன்னும் சொல்ல மாட்டார். போலீஸ் மாமா வந்திருக்கார்னு மட்டும் சொல்லு" என்று அவனைப் பிடித்துத் தெருவில் இறக்கி விட்டாள். "போலீஸ் மாமா ஒன்னும் வரலையே?" "வரலை தான், சும்மா தான்" அம்மா கண்ணைச் சிமிட்டினாள்!

கருப்பையா நாடார் ஒன்றும் கலப்படக்காரர் இல்லை. தில்லு முல்லு பேர்வழி இல்லை, போலீஸைக் கண்டு பயப்படும் அளவுக்கு அவர் மடியில் கனமில்லைதான். கையில் காசு சேர்ந்ததும் ஏனோ அவருக்குப் பயம், பொதுவாகவே "போலீஸ்" என்றாலே ஒருவிதமான பயம். கள்ளனுக்கு அந்த பயம் இருக்குதோ என்னவோ, சம்சாரி களுக்கும் வியாபாரிகளுக்கும் அந்தப் பயம் இருக்கிறது! ரத்தத்தோடு ஊறிய பயம், அம்மா இந்தப் பலகீனத்தை நன்றாகப் படித்து வைத் திருந்தாள். கையடக்கத் தடிமனான அந்த "சிட்டை" முழுவதுவும் "மை" நிறைந்து விட்டது. இனி எழுதவே இடமில்லாமல் வெள்ளைத் தெரிகிற இடம் எல்லாம் எழுதி எழுதிச் சரக்கு வாங்கும் படியாக இருக்கிறது! போன போகம் அறுப்பின் போதே சிட்டைக் கணக்கைத் தீர்த்துவிடுவதாக இருந்தது. இந்தா அந்தா என்று, இப்போது இரண் டாம் போகமும் முடிந்துவிட்டது! நாடார் ஏனோ விட்டு வைத் திருக்கிறார். வீட்டுக்கு ஆள் அனுப்பி விடுவார், மற்றவர்கள் என்றால் "மூஞ்சியைக் காட்டிவிடுவார்" அம்மாவுக்காக, அம்மாவின் தந்திரங்களினால் இப்படித் தப்பித்துக் கொண்டு இருக்கிறது. நாடார் கத்தரித்தாற் போல் பேசிவிடுவார். காசை வைத்தால்தான் சரக்கு என்பார். பத்துப் பைசாவுக்கு காபித்தூளோ, காலணாவுக்கு அரப்புத் தூளோ கூட வாங்கமுடியாது. "கால் கட்டி" சிவன் சோப்புக்குக் கூட சிரமமாகி விடும். "சிட்டை" தான் நிறைந்து விட்டது. சில்லறைச் சாமான் தானே என்று, கையில் சில்லறையோடு போனாலும் சிக்கிக் கொள்வோம்! பழையபாக்கி கழியட்டும் என்று காசைப் பிடுங்கிக் கொண்டு, வெறுங்கையோடு திருப்பி விட்டுவிடுவார், "கட்டையிலே போறவனே" என்று கடுப்போடு திரும்பும் படியாக இருக்கும்.

இந்த மாதிரி இக்கட்டான நிலையில் எல்லோரும் ஒரு தந்தி ரத்தைக் கடைப்பிடிப்பார்கள், கைச் சில்லறைகளை எடுத்துக் கொண்டு, காயாம்பு கடைக்குப் போவார்கள், அது வடக்குத் தெரு வில் இருக்கிறது. அதை பலசரக்குக் கடை என்று சொல்ல முடியாது. ஒரு பழைய வீட்டுத் திண்ணை அது! ஆனாலும் அங்கு ஏழு எட்டுப் பேர்கள் நின்ற மணியமாகவே இருப்பார்கள். காயாம்பு போல சின்னக்கடை வைத்திருப்பவர்கள், அந்தச் சுற்றுபத்தில் நாடார் கடையில் தான் சரக்குப் போடுவார்கள். காயாம்பு கூட சில நேரங் களில் நாடார் கடையில் தான் சரக்குப் போடுவான். அவனுக்குத்

தெரியும் "அங்கு" போகமுடியாமல் தான் தன்னிடம் வருகிறார்கள் என்று! கையில் காசு கூடியதும். நாடார் கடைக்குப் போகும் போது, அவர் "என்ன ஆளைய காங்கலெ? "வடக்குத் தெருப்பக்கம் போயிட்டானுகளோ, ரொக்கம்ன்னா அங்க, கடன்னா இங்க, நல்லா இருக்கே கதை!" என்று நறுக்கென்று கடித்து விடுவார். "அப்படி யெல்லாம் இல்லைன்ணே.. அசலூர் போயிட்டு இன்னைக்குத்தேன் வந்துச்சு", என்று அசடு தட்டி நிற்பார்கள்! நாடார் இதுபோல எத்தனையோ பார்த்தவர். ஒரு நமட்டுச் சிரிப்பு சிரிப்பார், அந்தச் சிரிப்பே ஆளை நசுக்கிவிடும்!

நாடார் கணக்கு வழக்கில் கறார்! தாயாக இருந்தாலும் பிள்ளையா இருந்தாலும் அதில் தயவே காட்டமாட்டார். கடையை மூடும்போது எல்லோரும் உப்பு மூட்டையை மட்டும், வெளியிலே வைத்துவிட்டுத்தான் போவார்கள், நாடார் அதையும் கூட கடைக்குள் தூக்கி வைத்துப் பூட்டி விட்டுத்தான் போவார். ஊர் காரியங்களுக்கும், திருவிழா போன்ற பொதுச் ஜோலிகளுக்கும் ஒவ்வொரு சாவடி ஆட்களும், நாற்பது பக்க நோட்டைத் தூக்கிக் கொண்டு வருவார்கள். திருவிழா சாமி கும்பிடு, தீச்சட்டி, காவடி என்றும் வருவார்கள், அசையமாட்டார், நாள் கணக்காக, மணிக் கணக்காக வந்து வந்து பேசி, கடைசியில் சரி போகட்டும் இம்புட்டுப் பேசினதுக்கு ஒரு "கலராவது" ஒடச்சுக் கொடுப்பாரான்றுப் பார்த் தால், அது கூடக் கிடையாது. ஒரு பெரிய பித்தளைச் செம்பும், ஒரு குண்டா தண்ணியையும் கொண்டு வந்து வைத்துவிட்டு, அவர் "ஜோலி" தொந்தரவைக் கவனிக்கச் சென்று விடுவார். "டொனேசன்" கேட்டு வந்து சாவடிக்காரர்கள் கால்கடுக்க நின்று நின்று பார்த்து விட்டு, கடைசியில் "இவ்வளவு பெரிய ஆளை, பகைத்துக் கொள்ளவா முடியும்?" என்று அந்தத் தண்ணியைக் குடித்துவிட்டு, நகர்ந்து விடு வார்கள்!

கருப்பையா நாடாருக்கு பன்னிரெண்டு பிள்ளைகள், பத்து ஆண், ரெண்டு பெண். அதில் மட்டும் அவர் "கஞ்சத்தனத்தைக்" காட்டவில்லை. எல்லாம் ஏழோ, எட்டோதான் படிப்பு. அதற்கு மேல் அதுகளைப் பள்ளிக்கூடத்தில் போட்டு "பாழ்" படுத்தி விடாமல், ஒவ்வொன்றுக்கும் ஒரு கடையை வைத்துக்கொடுத்து ஆளாக்கி விட்டுவிட்டார். கோட்டூர், குச்சனூர், கூழையனூர், பாலார் பட்டி, சிலமலை, மார்கையன்கோட்டை என்று திசைக் கொன்றாகச் சிதறி, எல்லாம் வீடு வாசல் என்று வேர்பிடித்துக் கொண்டன. பொம்பளைப் பிள்ளைகளைத் தூரம் தொலைவான, விருதுநகர் பக்கம் கட்டிக் கொடுத்து, அதுகளும் குடும்பம் குட்டினு தளைச் சிடுச்சு!

தீபாவளி, பொங்கல், சித்திரை மாதம் பத்திரகாளியம்மன் திருவிழா என்று விசேஷ நாட்களில் தான் நாடாரின் குடும்பம்

கூடும்; மகன்கள், மகள்கள் மருமகன்கள், பேரப்பிள்ளைகள் என்று, வீடு கல்யாணக் காட்சி போல ஆகிவிடும்! வீடு கூடும் போதும் கூடக் கடையை மூடமாட்டார். தன் மகன்களையும் கூடக் கடையை மூடிப்போட்டு விட்டு அடிக்கடி வர விடமாட்டார். ஒரு நாள், இருநாள் பார்ப்பார், அவ்வளவு தான் முடுக்கிவிட்டு விடுவார்! ஜோலி தொந்தரவுகளை விட்டுப்போட்டு ஆம்பளைங்க இப்படி அடைஞ்சு கிடந்தா என்னடா அர்த்தம்? சில நேரங்களில் அது வாய்த் தகறாராகக்கூட முடிந்துவிடும். வாய் முற்றிவிட்டால் நாடார் அமைதியாகிவிடுவார். இன்னொன்றும் நாடாருக்குப் பிடிக்காது, கொஞ்சம் காசைக் கண்டதும் அவருடைய மகன்கள் ஊரில் இருந்து கார் பிடித்து, பொண்டாட்டி பிள்ளைகளை ஊருக்கு கூட்டிவருவார் கள். ஊரே அதைப் பெருமையாகப் பார்ப்பார்கள். சாவடி, சத்திரத் தில் படுத்துத் தூங்கிக் கொண்டு இருக்கும் கிழடு கெட்டைகள் எல்லாம் கூடத் துள்ளி எழுந்து வேடிக்கை பார்க்கும், "நம்ம கஞ்சக் கருப்பன்" மவனாடா? என்று விழியை அகட்டும்! "யே யப்பா" என்று நெஞ்சு மேலே ஏற ஆச்சரியம் காட்டும். நாடாருக்கு இது ஆகாது! "காசை எதுக்குடா இப்படி காரு காரனுக்கு அழுவுறீங்க, அதான் ஆயிரம் பஸ் விட்டிருக்கானே.." என்று புலம்புவார், அதை யார் காது கொடுத்துக் கேட்பது? நாடாரும் பெரிதாக அலட்டிக் கொள்ளமாட்டார். நாடார் மீது எத்தனை குறைசொன்னாலும், பொறாமைப் பட்டாலும் வியாபாரம் மட்டும் குறைவில்லாமல், கூடிக் கொண்டுதான் இருந்தது. அவருக்கு மட்டும் தான் என்று இல்லை, அங்கங்கே போய் கடைபோட்ட அவருடைய மகன்களுக் கும் அப்படித்தான் தான்! ஒன்று கூட சோடை போனதில்லை!

நாடாருக்குப் போதும், போதும் என்று சொல்லும் அளவுக்குச் சொத்து சேர்ந்தது. ஊரைச் சுற்றிலும் நஞ்சை, புஞ்சை என்று வாங்கிக் குவித்துவிட்டார். வாய்க்காலை ஒட்டினாற்போல் முதல் மடைப் பாசனத்திலே ஏழு ஏக்கர், வடக்கே கிழக்கு ஓடையை ஒட்டினாற் போல் மூணு ஏக்கர்! அதுவும் மேட்டுப் பாசனம், அந்தப் பக்கம் குப்பினாயக்கன்பட்டி ரோட்டில் ஒரு வாழைத் தோட்டம், ஊரடியில் ஒரு புளியந்தோப்பு! கணக்கு வழக்கு இல் லாமல் சொத்து சேர்த்து விட்டது. "என்னா சொத்து, சுகம் சேர்ந்து என்னத்துக்கு, அவருக்கு அந்த குண்டித் துணியை மாற்ற வழி யில்லையே" என்று கிண்டல் பேசினாலும், வயிறு எரிந்து பேசி னாலும், நாடார் ஒன்றும் காதில் வாங்கிக் கொள்ள மாட்டார். நாடாருக்குச் சொத்து சுகம் கூட கூடப் பகையும் பொறாமையும் தான் கூடியது. நாடாருக்கு நட்பு என்று யாரைச் சொல்ல முடியும்? "கலந்து" பேசவோ "கோளாறு" சொல்லவோ யார் இருக்கிறார்கள்? வெற்றிலை பாக்குக் கடை வைத்திருக்கும் பேச்சிமுத்துப்பிள்ளை பேசுவார், கடையில் கூட்டம் இல்லாத உச்சிப்பொழுதுக்கு, சீமை

ஆசாரி வந்து, உட்கார்ந்து சிறிது நேரம் பேசிவிட்டுப் போவார். அதே தெருவில் இருக்கும், ரிடையர்டு பாரஸ்ட் ஆபீசர் பரமத் தேவர் எப்பவாவது, வந்து, படித்து முடித்த தினமணிப் பேப்பரைக் கொடுத்து விட்டுப் போவார். அவ்வளவுதான்! ஒரு "நாலணா" பேப்பரைக் கூட காசு போட்டு வாங்கப்படாதா? பேச்சி முத்துப் பிள்ளையிடம் "தினத்தந்தி" வாங்கிப் படிப்பார், "கஞ்சனா இருக் கட்டுமே, வேணாங்கலை, அதுக்காக இப்படியா?"

அவர் தான் அப்படி என்றால் அவர் சம்சாரமும் அப்படித் தான், "பாம்பு வாயில் தவளை", "தவளை வாயில் பூச்சி" என்ற கணக்குத்தான்! பால் பணம், மோர் பணம், நெய் உருக்கி வித்த பணம், எருதட்டி வித்த பணம் என்று எப்போதும் மனக் கணக் காகவே இருப்பாள்! நாடார் மாதிரி "கஞ்சத்தனம்" இல்லை என்றாலும் "கை நீளம்" என்று சொல்லி விட முடியாது. பொம்பளை ஆளுங்க, மதிய நேரம், அடுப்புச் ஜோலியை முடித்த நேரம், கொல்லைப் பக்கம் போனால், கூப்பிட்டு உக்கார வைத்துக் கொண்டு, மணிக் கணக்காகப் பேசுவாள், அடுக்குப் பானைக்குள் இருந்து எதையாவது எடுத்துக் கொண்டுவந்து, "இதக்கடிச்சுப் பாருங்க, எப்படி இருக்குனு" என்பாள். சில நேரம் "அரிசிப் பானைக்குள்ள போட்டு வெச்சேன், பழுத்திடுச்சான்று பாருங்க" என்று எதாவது ஒரு பழத்தை எடுத்து வந்து கொடுப்பாள் அப்படிப் பழகுகிற பக்குவம் ஜாஸ்தி, அந்த நேரத்தில் அந்த அனுசரணையான நேரத்தில் "ஏங்க அத்தாச்சி" இப்படி வூட்டுக் குள்ளே நொடக்கி, கிடக்காட்டி தெக்கே வடக்கேனு போயிட்டு வரலாமுல்லெ, காசு பணமா இல்லை, என்று யாராவது நைசாகக் குத்திவிடுவார்கள். "இந்த உடம்ப வெச்சுக்கிட்டு எங்குட்டுப் போவச் சொல்றீயாம், நானே ஆத்த மாட்டாப்புலெ கெடக்கேன்" என்பாள். "வெளியூர்லெ போய் நல்ல வைத்தியமா பார்க்க வேண்டியது தானே.." "ஆமா..ஆமா, இனிப் பொறவு வைத்தியம் பார்த்துத்தான் ஆகப் போவுதாக்கும்" என்று சலிப்போடு பேச்சை நிறுத்துவாள், "வைத்தியம் வேண்டாம்னா அண்ணனைக் கூட்டிக்கிட்டு கோயில் குளம்னு போய் வரலாமுல்ல?" என்று அடுத்த கேள்வி வரும், "அது ஒண்ணுதேன் இப்ப குறையாப் போச்சாக்கும்" என்று பெருமூச்சு விடுவாள், நாடாரின் சம்சாரம்! வீட்டில் சும்மா இருக்காது, எதையாவது நோண்டிக் கொண்டு இருக்கும், அடுப்படியைச் சுத்தம் செய்கிறேன், வீட்டுப் பரணைச் சுத்தம் செய்கிறேன், என்று எதையாவது செய்து கொண்டு இருப்பாள். இப்படி நோண்டிக் கொண்டிருந்தபோது, ஒரு நாள் தேள் கொட்டி விட்டது! இதே போன்று இரண்டாவது தடவை, அது தேள் இல்லை. இருள் விழுவதற்காகக் காத்திருந்து, நன்கு கறுகறுவென்று பொழுது பொசுங்கிய பின்பு, சில பெண்களோடு, பேச்சிமுத்துப்பிள்ளை சம்சாரம், பரமத்தேவர் சம்சாரம், பேர்காலத்திற்கு வந்திருக்கும்

பெரியாயி, என்று துணைசேர்த்துக் கொண்டு, மந்தைக்கு "வெளிக்குப்" போன போது, அன்று ஏனோ செட்டியார் தோட்டத்தில் "பம்பு செட்" அறையில் இருக்கும் குண்டு பல்ப் எரியவில்லை! மையிருட்டு. ஒருவருக்கொருவர் பேச்சுக் கொடுத்துக் கொண்டே, இருட்டுப் பயத்தைப் போக்கி, "பூச்சி பொட்டை கெடக்கும் பாத்துவாங்க.." என்று ஆளாளுக்கு, வெவ்வேறு தொணியில் குரல் கொடுத்துக் கொண்டே அந்தச் சுமையை, காலைக் கடனை இருள் விழும் வரைச் சேர்த்து வைத்து, ஒதுங்கி சுமையிறக்கப்போன இடத்தில், உக்கார்ந்த மாயத்தில் ஒருகணம் தான் இருக்கும் சரசரவென்று ஏதோ ஒண்ணு, காலில் ஊர்ந்திருக்கிறது. விசுக்கென்று காலை உதறி எழும்புவதற்குள், சுளீர் என்று ஒரு கொத்து, கருவேல முள் பாய்ந்தாற்போல் ஒரு வலி, உடனே வைத்தியம் பார்த்து, உயிர் தப்பியது. ஆனால் உடம்பு போய்விட்டது, ரொம்பச் சிரமப்பட்டார். பிற்பாடுதான் நாடார் வீட்டுக்குள்ளே ஒரு "கக்கூஸ்" கட்டினார். ஆனால் அவர் எப்போதும் போல பகலில் "வெளியே" தான் போவார். "இந்த பொம்பளங்க பாடுதான் ரொம்பச் சிரமம்", நாடாரே இதை, வாய்விட்டுச் சிலரிடம் சொல்லியிருக்கிறார்!

நாடார் நடமாட்டத்தைக் குறைத்துக் கொண்டார். அவருக்கு அப்படி ஒன்றும் வயது ஏறிவிடவில்லை. பணத்தின் மீது சலிப்போ வெறுப்போ கூட இல்லை, அப்படி அவர் வெறுத்தால் இப்படியா வந்து சேர்ந்து கொண்டு இருக்கும். கணக்கு வழக்கு இல்லாமல் தானே வந்து கூடுகிறது. இதற்கு எல்லாம் அதிர்ஷ்டம் வேண்டும். அதிர்ஷ்டம் இல்லாமலா இத்தனையை அடைந்திருக்கிறார். பத்து ஆண், இரண்டு பெண் பெத்தவர், ஒன்றுகூட பழுதில்லை. அதுக போனதிசையும் அப்படித்தான் என்றால், அது அதிர்ஷ்டம் இல் லாமல் வேறு என்னவாம்? எல்லாம் கண்டு, ஒரு நிறைவைக் கண்டு, இனிமேல் என்ன, என்ற சலிப்பு மாதிரியும் தெரியவில்லை! அவரிடம் இப்போதெல்லாம் ஏதோ ஒரு அமைதி, கடைக்கு அதிகம் சரக்குப் போடுவதில்லை. சந்தை சந்தையாய் வண்டி கட்டிப் போவதில்லை. இருப்பது போதும் என்ற நிறைவு மாதிரியும் தெரியவில்லை, அந்த வேகத்தை, பணம் பண்ணும் உக்கிரத்தை, அவருடைய வாரிசுகள் வாங்கிக் கொண்டாற்போல் தான் தெரிகிறது. முன்பு மாதிரி அவர்கள் நாடாரைப் பார்க்க அடிக்கடி வருவதில்லை, பாசம் இல்லை என்று இல்லை, ஒழிவான நேரம் இல்லை. ஆறு மாதத்திற்கு ஒரு தடவை என்பது வருடத்திற்கு ஒன்றாகி, இப்போது அதுவும் உத்திரவாத மில்லை, அப்படியே வந்தாலும், வந்ததும் தெரியாமல் போனதும் தெரியாமல், நாடார் இதை எல்லாம் கடந்து விட்டார்போல் தான் இருந்தார். இன்னும் கூட அந்த ஊரில் சிறிசுகள், சிறிசுகள் என்றால் பழைய சிறிசுகள் அல்ல, அவையெல்லாம் இப்போது, உடல் பருத்து, உயரம் கூடி, வெக்கத்தோடுக் கோணலாக ஒரு சிரிப்புச் சிரித்துவிட்டு

விலகி விடுகிறது! புதிதாகப் பிறப்பெடுத்து வந்தது, சொல்லிக் கொடுத்து சொல்லிக் கொடுத்து, அந்த மளிகைக் கடையின் புகழோடு இதுவும், "ஏ கஞ்சக் கருப்பன்" என்ற வசையும், அது வசை என்று தெரியாமல், வாய்க் கூச்சலாகத் தான் வருகிறது. அவர் வீதியில் இறங்கி நடந்தால், மறைவான இடத்தில் இருந்தும், இருளில் இருந்தும். "ஏய்.. கஞ்சக் கருப்பா.." என்று குரல் இப்போதும் பொங்கத் தான் செய்கிறது, அதற்கு குறைவில்லை!

முன்புபோல், நாடார் இப்போது சிறுசுகளை விரட்டுவதில்லை, துண்டை உதறிக் கொண்டு துரத்துவதில்லை. "வம்ம" வைத்துக் கொண்டு, கடைக்கு வரும்போது, கையை முறுக்குவதோ, முகத்தில் உப்பை அள்ளி வீசுவதோ, முதுகில் குத்துவதோ இல்லை. அதற் கெல்லாம் அவருக்கு இப்போது, உடல் பலம் இல்லை என்பதில்லை. சிரித்துக் கொள்வார். அவ்வளவு தான், அப்படி அவர் ஒதுங்கி விடுவதால், அந்தக் குரல்களுக்கும் உற்சாகம் குறைந்து விடுகிறது.!

நடுச்சாமம் தாண்டி, பொழுது சாம்பல் பூத்தநேரம், விடாமல் நாய் ஊளையிட்டுக் கொண்டிருந்தது! ஒன்றிரண்டு தெருநாய்கள், இங்கும் அங்கும் குரைத்துக்கொண்டே ஓட்டமெடுத்தன, பால்காரர் களின் சைக்கிள் சப்தமும், அதனைத் தொடர்ந்து பலகீனமான நாய்க் குறைப்பும் கேட்ட மாத்திரத்தில், குபீரென்று கருப்பையா நாடார் வீட்டில் அழுகைச் சப்தம்! முடியாமல் இருந்த நாடார் சம்சாரத்திற்குத் தான் ஏதோ ஆகிவிட்டது, என்று தெரு விழித்துக் கொண்டது. ஒரு அரைமணி நேரத்தில் அழுகைச் சப்தம் பெருக் கெடுத்து விட்டது. பேச்சிமுத்துப்பிள்ளை, பரமத்தேவர், சோமு பிள்ளை, கிருஷ்ணஆசாரி என்று "பெரியமனுஷர்"கள் எல்லாம் நாடார் வீட்டை நோக்கி ஓடினார்கள். சுப்பையா டாக்டர் கூட எப்படியோ தெரிந்து, பையைத் தூக்கிகொண்டு ஓட்டமும் நடையு மாக ஓடிவந்தார். அதற்குள் முடிந்துவிட்டது! "நாடார் போய்ச் சேர்ந்து விட்டார்" "என்னது முடிஞ்சு போயிட்டதா! என்று மாரிலும் தலையிலும் அடித்துக் கொண்டு, அழுகையும் கூச்சலுமாக ஒரு கூட்டம் நாடார் வீட்டிற்குள் பாய்ந்திற்று! பத்து பதினைந்து நிமிடம் தான் இருக்கும். எப்படித்தான் அத்தனை கூட்டம் கூடியதோ தெரிய வில்லை! குடியான தெரு, வடக்குத் தெரு, கிழக்குத்தெரு என்று ஒரே ஜனக்காடு! ராத்திரிக் கடையை மூடிவிட்டு வீட்டிற்கு வந்திருக் கிறார், வயிறு "பம்மனு" இருக்குன்னு இரவு சாப்பாட்டை வேண்டாம் என்று சொல்லிவிட்டுப் படுத்தவர்தான். சாமம் தாண்டி எழுந்து கொண்டு "வெந்நீர் கொண்டா" என்று அவர் சம்சாரத்திடம் கேட்டி ருக்கிறார், நாலு ஐந்து தடவை குரல் கொடுத்த பின்பு தான், எழுந்து தீப்பெட்டி தேடி அடுப்பு பத்தவச்சு தண்ணீயைச் சூடாக்கி இறக்குற துக்குள்ள அப்படியே தலை துவண்டு, சுவற்றில் சரிஞ்சுட்டார்! பேச்சு மூச்சைக் காங்கலெ, சட்டுனு எல்லாமே முடிஞ்சுடுச்சு!

விடிவதற்குள் அவருடைய மகன்களும், மகள்களும், ஆளாளுக்கு ஒரு "காரை" எடுத்துக் கொண்டு அடித்துப் பிடித்து வந்து இறங்கி விட்டனர். தூரம் தொலைவில் இருந்த மகள்கள் வரத்தான் சற்று தாமதம் ! அவர்களும் கூட உச்சிப் பொழுதுக்கு முன்னே வந்து இறங்கிவிட்டார்கள். அவர்கள் வந்து இறங்கவும் தான், அந்த துக்கத் தின், துயர்வாடைக்காற்று மாதிரி ஊரையே சுற்றி வளைத்துப் போட்டுவிட்டது! ஒரு சனம் வயல் வரப்பு என்று இறங்கவில்லை. வேலைவெட்டி என்று ஒருவரும் ஊரைவிட்டு வெளியேறவில்லை. ஊர்முழுக்க அந்தத் துக்கம் மண்டிக் கிடந்தது!

பதினாறாவது நாள் காரியம் முடிந்ததும் எல்லாம் போட்டது, போட்டபடி கிளம்பி வந்தது என்று உறவுகள், அவரவர் ஊர்களுக்குக் கிளம்பிக் கொண்டிருந்தன. நாடாரின் மகன்கள், மகள்கள், மருமகன் என்று ரத்த உறவுகள் மட்டுமே, பழைய கதைகளைப் பேசிக் கொண்டு, பழைய நினைவுகளைக் கிளறிக் கொண்டும் தீராத சோகத்தை ஆத்திக் கொண்டிருந்தன. நாடார் படுக்கை, போட்டிருந்த அறையில் இருந்து தேக்கு மரப் பீரோவைத் திறந்து, எதையோ தேடிய போது தான் அந்த அதிர்ச்சி! பேரதிர்ச்சி! நாடார் சொத்துப் பத்திரங்களுக்கு நடுவே, அந்த உயில்! நாடார் எழுதிய உயில்! தான் சுயமாகச் சம்பாதித்த சொத்துகளை எல்லாம், வயல் வரப்பு, தோப்பு, வீடு, என பலகோடி சொத்துகளை எல்லாம், ஊர் பொதுக்காரியங்களுக்கு, அதில் சிலவற்றை அவரே குறிப்பிட்டும் இருந்தார். பெண்களுக்கும் ஆண்களும் தண்ணீர் வசதியுடன் கக்கூஸ், மண் மதிலாகவும், மக்கிய கூரையாகவும் உள்ள பள்ளிக்கூடத்தை, புதிதாகக் கட்டி எழுப்ப உண்டாகும் முழுச்செலவு, தெருவுக்கு ஒரு தண்ணீர் குழாய்.. இப்படிச் சிலவற்றைக் குறிப்பிட்டும் அவர் உயில் எழுதியிருந்தார்! நம்ம நாடாரா இப்படி உயில் எழுதி வைத்திருக்கிறார். தன்னுடைய சகல சொத்துகளையும் இப்படி ஊருக்குக் கொடுத்துவிட்டுப் போக வேண்டும் என்று அவருக்கு எப்படித் தோன்றியது? இது என்ன அனாதைச் சொத்தா? பிள்ளை குட்டி இல்லாதவரா? அதுவும் பத்து ஆண்களையும் இரண்டு பெண்களையும் பெற்று பெருவாழ்வு வாழ்ந்த அவருக்கு! நாடார் தான் அதை எழுதினாரா? ஏதோ திடீர் திருப்பச் சினிமா காட்சி போல இருக்கே? ஊர் ஆச்சரியத்தில் அலறி அலறித் திரும்ப இதே கேள்வியைக் கேட்டுக் கேட்டு ஆச்சரி யமும், அதிர்ச்சியும் அடைந்தது! அது நாடார் எழுதிய உயில்தான், சுய நினைவோடு.. எழுதிய உயில்தான் அது! தன் சொத்து முழுவதை யும் ஊருக்குக் கொடுத்து விட்டுப் போய்விட்டார் கஞ்சக் கருப்பன்!

'அமுத சுரபி' – தீபாவளி மலர் 2018

❑

சங்குப் பிள்ளை

திண்ணை நிறைந்துவிட்டது. என்றுமில்லாது இன்று, இந்தத் திண்ணைக்கு மவுசு கூடிற்று. ஏனோ கூட்டம்! ஏழு எட்டு உருவங்கள். ஒன்றிரண்டு புதிய உருப்படிகள், சிறிசும், பெரிசுமாகச் சிதறிக் கிடந்தன. முக்கால் திண்ணைக்கு மேல் வெயில் ஏறிக்கிடந்தது. அழுக்கேறிய கைத்துண்டால் முகத்தை மூடிக்கொண்டும், தலைமாடு, கால்மாடாக ஒருவர் மூச்சை ஒருவர் சுவாசித்துக்கொண்டும் கிடந்தனர். வெயில் ஏறினாலும், குளுமை மாறாத மண்ணாலான திண்ணை, நல்ல உசரமான திண்ணை, நெஞ்சளவு உயரம், குதித்துத் தான் ஏற வேண்டும். கீழே ஜலதாரை. ஜலதாரை என்றால் நாற்றம் எடுக்கும் ஜலதாரை அல்ல, தெருக்குழாய் தண்ணீரும் சுப்பையா வீட்டுக் குளியல் அறைத் தண்ணீரும், சுரும்பாயி நெல் அவித்துக் கொட்டும் தண்ணீரும் தான். வாண்டுகள் அதில் காகிதக் கப்பல் விடும், இடது பக்கமாக விட்டு, படிக்கட்டிற்கு அடியில் நுழைந்து, சிறிது மறைந்து வலப் பக்கமாக, அந்தக் காகிதக் கப்பல் வெளியே வரும்போது, வாண்டுகள் எழுப்புகிற கூச்சல், தெருவே அதிரும். “எழவெடுத்த பயலுகளா.. எதுக்கு இப்படி பேய் கூச்சல் போடுறீய.. அங்கிட்டுப் போக மாட்டீக..’ என்று எல்லோரையும் போல அதுகளை விரட்டவும் மாட்டார் பழனியாபிள்ளை.

திண்ணைக்கு மேலே ஏழு எட்டுத் தூண்கள். எல்லாமே தேக்கு. பொலிவு இழந்தாலும் அது உறுதியை இழக்கவில்லை! நம்ம பழனியாபிள்ளை தகப்பனார், பாட்டனார் என்று நல்ல செழிப்பு. அந்தச் செழிப்பு இந்த வீட்டில் தெரியும். இப்போது அப்படி அல்ல. அடர்ந்த நிழல் விழுந்தாற்போல் இருட்டிவிட்டது. இருட்டினாலும் அதன் குளுமை குறையவில்லை. எவ்வளவு பெரிய திண்ணை. யாருக்கு மனசு வரும்?

ஒரு கடையைக் கட்டி காசு பார்ப்பமா? ஒரு தடுப்பு வச்சு வாடகைக்குக் குடுக்கலாமா? என்றுதான் புத்தி அலையும். அதுக்குத்

தோது இல்லாவிட்டாலும் இப்படி ஊர் புழக்கத்திற்கு விட எந்த நெஞ்சுக்கு பொறுக்கும்? நெல் அவித்து உலத்துகிறேன். விறகு கட்டை அடுக்குகிறேன். அப்படியும் இல்லாவிட்டால் ஆகாததையும், போகாததையும் போட்டு நிறைத்துவிடும். அதுக்கும் வழியில்லை என்றால், மனுச மக்க உக்கார்ந்து விடக்கூடாது என்று, ஒரு போணிச் செம்பு தண்ணீரைக் கொட்டி 'ஈரம்' பண்ணி விட்டுவிடும். நம்ம பழனியாபிள்ளைக்கு அப்படி எல்லாம் செய்யத்தெரியாது.

பழனியாபிள்ளை வீட்டிற்குள் இருந்து வந்து, திண்ணையை ஒரு பார்வை பார்த்தார். சிறிது நேரம் பார்த்துக்கொண்டே இருந்தார். 'ஆகாரம்' எல்லாம் ஆச்சா?" என்று ஒரு குரல் கொடுத்தார். பதில் இல்லை. "அசலூரா?" என்று அதட்டினாற்போல் ஒரு குரல். ஒரே ஒரு உருவம் மட்டும் 'விசுக்'கென்று எழுந்தது. தூக்கக் கலக்கத்தில் தலையை மட்டும் திண்ணைக்கு வெளியே நீட்டி அங்குமிங்கும் பார்த்தது. அடுத்தடுத்து இரண்டு மூன்று உருவங்கள் உருண்டு, உடலை உயரே உயர்த்தின.

"அசலூரான்னேன்?"

"............."

"ஏலே கேக்குறேன்லெ"

"ம்"

"என்னாடா அர்த்தம்'ம்'னா, வாயைத் தொறக்க மாட்டியளா?"

"அசலூர்தான் பாட்டா"

"ஏலே நா ஒனக்கு பாட்டனாக்கும், அம்புட்டாடா வயசாகிப் போச்சு?" பழனியாபிள்ளைக்குப் பதட்டம் தொற்றிக்கொண்டது!

"இல்லெண்ணே"

"பார்றா அண்ணேங்கிறத?"

"தூக்க கலக்கத்துலெ ஒலறீட்டேண்னே"

"நா ஒனக்கு அண்ணனாடா?"

"இப்படினா அப்டீங்குறீங்க.. அப்படீனா இப்படீங்குறீங்க..!"

"எப்படீனா கூப்பிட்டுட்டுப் போடா, எந்தூர் ஆளுங்கடா?"

"நானும் இந்தாளும்தான் அசலூரு, கிழக்க பாலார்பட்டி, அது ரெண்டும் உள்ளூர் மாதிரித்தேன் தெரியுது."

பழனியாபிள்ளை அந்த இருவரையும், தோளில் ஒரு தட்டு தட்டினார், அசைவில்லை. பலம்கொண்டு அந்த உடலை உலுக்கினார். விசுக்கென்று படுத்தவாக்குலே தலையை மட்டும் உயர்த்திப் பார்த்தான்.

“நீயாடா? ஜோலி தொந்தரவுக்கு போகலையாடா? இப்படி வந்து கிடக்கிறவன்?”

“போகலை!”

“கிழக்கு தெரு முத்தையா மவேன் தாண்டா?”

“ம்”

“ஒங்கப்பே காலம்பொறவே களைக்கொத்த தூக்கிகிட்டு, வடக்கோடைப் பக்கமா போனாப்புலெடா..”

“ப்சு”

“இவே யாருடா..”

“சின்ன வண்டு மவே..”

“ஏலே ஜோலி தொந்தரவுக்கு போறதில்லையாடா,

இப்படிவந்து நொடக்கிட்டா எப்டீடா?”

“.....”

பழனியாபிள்ளை திண்ணையை ஒரு நோட்டம் விட்டார். அடைத்து, படுத்துக்கிடப்பவர்கள் மீது பார்வை படர்ந்தது. சிறிது நேரம் பார்த்துக்கொண்டே இருந்தார். அவர் கண்கள் தாழ்ந்தது, ஏதோ யோசனை, ஒவ்வொரு முகமாக ஊடுருவிப் பார்த்தார். அந்தத் திண்ணையில் மட்டும்தான் என்றில்லை. இந்த ஊரில் ஏழு எட்டுத் திண்ணைகள், இப்படித் திண்ணையில் பொழுதைப் போக்க வேண்டுமே என்று, பிறப்பெடுத்து வந்தார் போல் ஒரு கூட்டம். அவர்களால்தான் அந்தத் திண்ணைக்கே ஒரு அர்த்தம் வருகிறது. பழுத்துகிடக்கும் பகலில் ஒரு கூட்டம்; பொழுது வெளுத்ததும் ஒரு கூட்டம்; கஞ்சி தண்ணிக்கு என்ன செய்வோம் என்ற கவலையின்றி, “அந்தக் காரியம் கெட்டுப் போகுமே இந்தக் காரியம் கெட்டுப் போகுமே” என்று காலில் தண்ணீர் ஊற்றிக் கொள்ளாமல் அந்தப் பொழுதைப் பொன்னாக்கத் தெரிந்தவர்கள் இந்தத் திண்ணை வாசிகளை உயிர்வாழ வேண்டுமே என்று உயிர் வாழ்பவர்கள் என்று நினைத்துவிடத் தேவையில்லை. வாழ்வின் சுய தேவைகளைப் பூர்த்தி செய்துகொள்ளமுடியாமல், துவண்டு, தங்களுடைய மேன்மைக்கு அல்லது மேன்மையானவர்கள் என்று நினைத்துக் கொள்பவர்களுக்கு தங்களால் இழுக்கு வந்துவிடக்கூடாது என்று ஒதுங்கும் உலகத்தை, அதன் உயிர் ஓட்டத்தை ஏதோ ஒரு வகையில் இப்படி ஒதுங்கியாவது, அதனோடு உறவுகொண்டுவிட வேண்டும் என்ற ஒரு பரிபூரணத்தை எட்டிப்பிடித்து விடவேண்டும் என்ற வேட்கையிலோதான் இப்படி வந்து இந்தத் திண்ணையில் சரிந்து விழுகிறார்கள்...

“சாப்புடுறீகளாடா?”

“வேண்டாம்... வேண்டாம்”

“கொல்லையிலெ போயி ரெண்டு எலெ அறுத்திட்டு வாடா, சாப்பாடு கொஞ்சம் இருக்கு, ஆளுக்கு கொஞ்சமா சாப்புடுவீங்க..”

“அதெல்லாம் வேண்டாம்”

“அசலூர் ஆளுங்க என்னடா பண்ணுவீங்க? இருக்குறதைப் போடச் சொல்றேன்..”

“எங்களுக்கு வேணாம், அவீங்க வேணா சாப்பிடட்டும்.. ஒரு செம்பு நல்ல தண்ணி மட்டும் தாங்க..”

“தர்றண்டா..”

“எந்தூர்னு சொன்னீங்க”

“பாலார்பட்டி”

“என்ன ஜோலியா வந்தாப்புலெ?”

“ஒழவு மாடு பாக்குறதுக்கு வந்தது. ஒண்ணும் தெகையலெ, காலம்பொறவு ஒரு எடம் பாத்துப்பிட்டு கௌம்பலாமுண்டு இருக் கேன்யா..”

“ரெண்டு பேருமா?”

“ஆமாங்கண்ணே”

“நம்ம வூட்டு கொல்லைப்பக்கமா போ. பொறவாக்குலெ ஒரு மரக்கதவு இருக்கு. சும்மாதேன் இருக்கு. தள்ளுனா படக்குனு திறக் கும். போயி ரெண்டு எலைய கிள்ளி எடுத்தா, பக்க கன்னா பாத்து எடுக்கனும்.”

“ஓங்களுக்கு எதுக்கு செரமம்யா”

“இதுலெ என்னப்பா செரமம், இருக்கிறது போடப் போறேன்”

“.....”

“அந்தாக்குலெ போ...”,

பழனியாபிள்ளை வீடு மிகவும் விசாலமானது. இடமும், வலமும் இரண்டு திண்ணைகள். இரண்டிற்கும் நடுவில் உயரமான படிக் கட்டுகள். அகலமும் ஆகிருதியுமான படிகள். கருங்கல்படி, தூசியை, தண்ணீர் விட்டுக்கழுவி விட்டால் பளபளவென்று மின்னும். பழைய காலத்து தேக்குக் கதவு, என்ன கலை வேலைப்பாடு! அதையெல்லாம் ரசிக்கவும், பூஜிக்கவும் அந்தூரில் ஆளுமில்லை, அதற்கு நேரமும் இல்லை. பழனியாபிள்ளைக்கும் கூடத்தான் அவர் மகனுக்கும் கூட இதுக்கெல்லாம் தோதுப்படாது. கதவைத் திறந்ததும் அகலமான பந்திப்பாய் விரித்தாற் போல் ஒரு ரேழி. அடுத்தாற்போல் பெரிய

பட்டாசாலை. நல்ல அகலம்! சட்டென்று சத்திரத்திற்குள் நுழைந்து விட்டாற்போல் 'திக்'கென்று இருக்கும்!

அதையும் தாண்டினால் நீளமான ஹால். இடது ஓரம் ஒரு அறை, வலது ஓரம் ஒரு அறை, இரண்டுக்கும் மத்தியில் கிழக்குப் பார்த்தாற்போல் அடுப்படி. இந்த இரண்டு அறைகளுமே எப்போதும் இருட்டினாற்போல்தான் இருக்கும். ஒன்றில் அடுக்குப் பானை வரிசையும், குலுக்கையும் இருக்கும். குலுக்கையில் எப்போதும் தவசம் இருக்கும். மூணுபோக விளைச்சல், மழையோ, வெயிலோ.. பஞ்சமோ, பட்டினியோ தவசத்திற்குத் தட்டுப்பாடே வந்ததில்லை. குலுக்கை நிறைந்துதான் இருக்கும். மற்றொரு அறையில் மாட்டுத் தீவனங்கள், பருத்திக்கொட்டை, புண்ணாக்கு, இப்போது இரண்டு மூன்று பெருச் சாளிகள்தான் விளையாடிக் கொண்டிருக்கின்றன.

இந்த இரண்டு அறைகளுக்கும் நடுவில் பெரிய ரெட்டை மரக் கதவு! மழைக்கும் வெயிலுக்கும் தாங்காமல் துவண்டுவிட்டது. தொட தொடவென ஆட்டம் கொடுக்கிறது. ஆட்டு உரலையும் அம்மிக் கல்லையும் முட்டுக்கொடுத்து வைத்துள்ளார். அந்த ஆதரவில்தான் ஒரு கதவு. அதன் தயவில் மற்றொரு கதவு. அதைத் திறந்தால் கொல்லைக்குப் போகும் வழி. கொல்லையில் இருந்து அப்படியே வெளியே போக இன்னொரு மரக்கதவு உள்ளது. அது தெருவின் மற்றொரு கோடிக்குக் கொண்டு போய் விட்டுவிடும். கொல்லையில் கொய்யாவும், மாதுளையும், அவரைப் பந்தலும், பூசணிக் கொடியும், ஒரு ஒழுங்கின்றிப் புதர்போல மண்டிக்கிடந்தன. ஆனாலும் அந்தப் பச்சையைப் பார்க்கும் படியாகத்தான் இருந்தது. முருங்கை பூ பூத்து பூத்து, நாதியற்றுக் கிடப்பதும், வாழை வனப்பு இன்றி ஒருவித சாயலோடு, மண் சுவரின் மீது விழுந்து கிடப்பதும் ஒரு வித மனக் கலக்கமாகத்தான் இருக்கும். மனுஷப்புழக்கம் இல்லாவிட்டால் கொல்லைப் புறச் செடிகளுக்கு வனப்பேது?

பழனியாபிள்ளை காலை தரையில் இழுத்துத் தேய்த்துத் தேய்த்து திண்ணையில் இருந்து வீட்டிற்குள் நடந்து வந்தார். நடு வீட்டில் வெளிச்சம் குறைவுதான்! அடுப்படியை ஒட்டிய நிலைப் படியில், சேலை முந்தானையை வட்டமாக சுருமாடு போலச் சுருட்டி, நிலையில் வைத்து அதன்மேல் தலைவைத்துப் படுத்துக் கிடந்தாள் அவருடைய சம்சாரம் சுப்பம்மாள். பழனியாபிள்ளை நடை யோசைக் கேட்டதும் பலஹீனமாக தலையை மட்டும் தூக்கிப் பார்த்தாள்.

"வந்துட்டானா?"

"யாரு?"

"அவேந்தேன்"

“இன்னும் காங்கலெ. பொழுதுக்குப் போனவந்தேன். மதியானச் சாப்பாட்டுக்குகூட வரலெ..”

“என்ன பொழப்போ!”

“வுடு. வந்துடுவான்”

“எம்புட்டுப் பொழப்பு பொழச்சுப்பிட்டு, புள்ள கூலிக்கு போவுதுன்னா? என்ன பாவஞ்செஞ்சமோ?”

“ஆமா. இதுக்கெல்லாம் பாவஞ்செய்வாக.. என்னமோ..!”

“பின்னே? அரமணை கெனக்கா வீடு! இருந்து என்னத்துக்கு? எதுனா தோதுப்படுதா?”

“ஒதுங்க நிழல் கெடச்சதேன்னு கெடக்க வேண்டியது தான்..”

“அதுக்கு இப்படியா?”

“எதுனா மீஞ்சது இருக்குதா?”

“அவே வருவான்னு பொங்குனதுதேன். ஏன் எதுக்கு?”

“ரெண்டாளு வந்திருக்கு”

“ரெண்டாளுக்கு காணுமான்னு தெரியலெ!. கண் எழவும் மங்கிடுச்சு. ஒலையிலெ எம்புட்டு போட்டோம்னு தெரிய மாட்டேங்குது..”

“கொல்லப்பக்கமா எடுத்தா..!”

பழனியாபிள்ளை கொல்லைப்பக்கம் போனார். பழைய சாக்குப்பை ஒன்றைக் கையில் எடுத்துக்கொண்டு போனார். அந்த இருவரும் வெறுந்தரையில் சம்மணமிட்டு உட்கார்ந்தனர்.

“பூச்சி பொட்டைக இருக்கும். இப்படி உள்ர கூட்டியார வேண்டியதுதானே..”

“அதுவும் வாஸ்தவம் தான். உள்ளே வாங்கடா..”

“இருக்கட்டும்.. இருக்கட்டும்”

“அட வாங்கப்பா. அந்தக்காலம் மாதிரியா. இப்பத்தேன் எல்லாம் ஒண்ணு மண்ணா பொழங்குதுக” என்றாள் சுப்பம்மாள்.

“வேண்டாம் ஆச்சி, இப்படியே ஒக்காந்துக்கிடுறோம்”

“உள்ர வாங்கப்பான்னா”

இருவரும் பின்வாசல் வழியாகவே உள்ளே வந்தார்கள். ஆளுக்கு ஒரு வாழை இலை. வைக்கோலை பிரிமனை சுருட்டி, அதற்கு நடுவில் வாழை இலையை வைத்துக் கொண்டார்கள் மோரோ, ரசமோ விட்டால் ஓடாமல் ஒழுகாமல் இருக்கும். சுப்பம்மாள் அவர்களுக்கு வயிறு நிறையச் சோறு போட்டாளோ என்னவோ,

பேச்சுக் கொடுத்துக்கொண்டே அவர் பரிமாறியது அவர்களுக்கு நிறைந்துவிட்டது!

சாப்பிட்டு முடித்து, திண்ணையை அடைந்தவர்கள், சிறிது உடலைச் சரித்துக் கிடந்துவிட்டு, என்ன நினைத்தார்களோ, என்னவோ திடுதிப்பென்று மீண்டும் கொல்லைப்புறம் வந்தார்கள். கொல்லைக் கதவைத் தொட்டதுமே அது சத்தம் காட்டியது. சுப்பம் மாள் காதுக்கும் அது எட்டியது. என்னவோ இந்த நேரத்துலெ, என்னானு பாருங்க என்று குரல் கொடுத்தாள். நாய் தொந்தர வாகத்தான் இருக்கும் என்று கையில் ஒரு குச்சியோடு கொல்லைப் பக்கம் வந்தார் பழனியாபிள்ளை. அசலூரில் இருந்துவந்த, அந்த இருவரும் நின்றிருந்தனர்.

"அட நீங்களா, என்னடாப்பா?"

"மம்பட்டி எதுனா இருந்தா எடுத்தாங்க, இதுகளை சுத்தம் பண்ணிப்போடுவோம்.." என்று கொல்லையில் மண்டிக்கிடக்கும், செடிகொடிகளைக் கைகாட்டினார்கள்.

"வேண்டாம், இருட்டுற நேரத்துலெ பூச்சி பொட்டைக இருக்கும்டா.."

"யே.. யப்பா.. இன்னும் பொழுது கெடக்கே., இப்படிக் கொண் டாங்க. ஆளுக்கு ஒரு கை இழுத்து விட்டாப்போச்சு.."

"இங்க யார்றா புழங்குறா. கிடந்துட்டுப் போகட்டும்"

"புழங்கிக்கிடுவீங்கையா"

"வந்த எடத்துலெ எதுக்குடா இதெல்லாம், வந்த ஜோலிய பாப்பீகளா?"

"இந்த நேரத்துலெ எங்கிட்டுப் போறது? நாய்ங்க தொந்தரவு. புது ஆளுங்கன்னா தொறத்திட்டு வரும். இப்படிய ஒங்க திண்ணை யிலெ நொடக்கிட்டு, காலம்பற கிளம்பினாத்தான் தோதுங்கையா.."

"மம்பட்டிய கொண்டாங்க"

"சாப்பிட்டதுக்கு கூலியாடா?"

"ஒங்க மனசுக்கு எங்களாலெ கூலி கொடுக்க முடியாதுய்யா"

"நல்லா பேசுறடாப்பா" என்று பழனியாபிள்ளை சிரித்தார். அடித்தொண்டையில் இருந்து எழும்பும் சிரிப்பு பெருமையோடு. பின்பு அவராகவே சற்றுக் குழைந்து ஏதோ பேசினார்.

"அந்த மம்பட்டிய இப்படிக் கொண்டாங்க.."

ஒரு மணிநேரம்தான், கொல்லை சுத்தமாகிவிட்டது! பழனியா பிள்ளை சுற்றுமுற்றும் பார்த்தார். கூர்ந்து பார்த்தார். தன்னோட வீட்டுக் கொல்லைப்புறம் தானா இது? மனம் பொங்கிற்று. உதட்டில்

சிரிப்புச் சுழி. நம்ப முடியாத திகைப்பு. ஒரு பேப்பரைக் கையில் வாங்கி படபடவென்று ஒரு சித்திரத்தைத் தீட்டிக் கொடுத்தாற்போல் கொடுத்துவிட்டார்கள். நம்ம வீட்டுக் கொல்லை தானா இது? மெல்ல நடந்தார். இப்பாலும் அப்பாலும் ஒரு உலாவல். முன்பு கால் வைக்கவா முடியும்? எத்தனை வருசப் புதர் இது? ஒரு நாளாவது, ஒரு பொழுதாவது இதையெல்லாம் சுத்தம் செய்ய வேண்டும் என்று தோன்றிற்றா? மனதில் மண்டிக் கிடப்பதைவிடவா இது? என்ற எண்ணம். நெஞ்சுப் பாரத்தில் இதை எல்லாம், கவனிக்கவா முடிகிறது? மண்வெட்டி பட்டதும் எத்தனை பெருச்சாளிகள் ஓட்டம் எடுத்தன. எத்தனை எறும்புப் புத்துகள். ஒன்றிரண்டு பாம்புச் சட்டைகள் கூட தூள்தூளாகக் கிடந்தன.

ஒரு மணியோ, ஒண்ணரைமணியோ அத்தனையும் சுத்தமாச்சு. யப்பா எவ்வளவு பெரிய எடமாகத் தெரிகிறது. இத்தனை பெரிசா நம்ம வீட்டுக் கொல்லை. அது அதற்கு ஆள் வரவேண்டும்போல. நல்ல காற்று, இத்தனை நாளும் இந்தக் காற்று எங்கே போயிற்று. ஒரு நாற்காலியைப் போட்டு உட்கார்ந்து கொள்ளலாம்போல. பழனியாபிள்ளை இப்பாலும் அப்பாலும் சிறிது நடந்தார். நாலுநடை நடந்திருப்பார். நறுக்கென்று வலது காலில் ஒரு குத்தல். நெறிஞ்சி முள்பட்டாற்போல் இருந்தது. குனிந்து பார்த்தார் "ருத்ராட்சம்". கோலிக்குண்டைவிட சற்று பெரிய அளவு. மண்ணில் புதைந்து கிடந்தது! கட்டைவிரல் இடுக்கில் சிக்கிக்கொண்டது. அதைக் குனிந்து கையில் எடுத்ததுதான் தாமதம் அவர் உடல் வெடவெடவென்று நடுக்கம் கொடுத்தது!

பழனியாபிள்ளை அந்த ருத்ராட்சத்தை உள்ளங் கையில் எடுத்து வைத்துக்கொண்டு உற்றுப் பார்த்தார். அப்படியே கண் வாங்காமல் பார்த்துக்கொண்டே இருந்தார். சுமையாக ஏதோ அழுத்தியது. அவர் முகம் வாடிவிட்டது. மனிதன் நினைத்துப் பார்க்க முடியாதபடிதான், சம்பவங்கள், நினைவுகள், உறவுச் சுமைகள் எழும்புகின்றன. பழனியாபிள்ளையின் தகப்பனார் உயிராக ஒன்றை நினைத்துப் போற்றிப் பாதுகாத்தார் என்றால் அது இந்த ருத்ராட்சம்தான். செந்நிறக் கயிற்றில் அது சொருகப் பட்டு, அவர் தொண்டைக்குழிக்கு கீழே அவரின் சங்குக்கு கீழே அவரின் உயிர்சங்காக எப்போதும் சந்தனமும், குங்குமமும் ஜொலிக்க, துலங்கிக் கொண்டு இருக்கும். அதுதான் அவரின் அடையாளம். அதற்கு ஏற்றாற்போல் அவருக்கு 'சங்குப் பிள்ளை' என்று பெயரும் வாய்த்திருந்தது. அந்த உயிர் பிரிவதற்கு இரண்டு மூன்று மாதங்கள் இருக்கும். கொல்லைப் பக்கம் போய்வந்தவர் கழுத்தில் கைவைத்துப் பார்த்திருக்கிறார். பகீரென்று ஆகிவிட்டது. அதேநாள்தான் கருமேகங்கள் சூழ்ந்து இடியும், மின்னலும் புயல்காற்றும் பேய்மழையும் பொழிந்து அந்த ஊரைச் சூறையாடி விட்டுப் போய் விட்டது.

அதற்குப் பிற்பாடு அந்த ருத்ராட்சம் சங்குப் பிள்ளைக்கு கிடைக்கவே இல்லை. தெருச் சாக்கடை எல்லாம் கூடத் தேடிப் பார்த்து விட்டார். அந்த மழையோடு, மழைத்தண்ணீரோடு எங்கோ அடித்துக் கொண்டு போய்விட்டது என்று நினைத்தார். மனம் அடங்காது ஊர்சாக்கடை, எல்லாம் கூடத் தேடிப்பார்த்து விட்டார். ஏதோ ஒரு வரத்தால் வந்தது மீண்டும் அது தன் கைக்கு வராது என்று அமைதியாகிவிட்டார். அதன்பின்புதான் அவர் கண்கள் ஒளி நிறைந்த அந்த அமைதியில் ஆழ்ந்துவிட்டது. தேடுவதை நிறுத்திக் கொண்டார், எல்லாவற்றையும்! அதன்பின்னர் காலம் அவரை நெருங்கிவிட்டது. நோய் இல்லை, நொடியில்லை, நெஞ்சில் கை வைக்கவில்லை, மூச்சுப் பிரச்சனை இல்லை. சாம்புராணி புகை வீடு முழுவதுவும் நிறைந்துதான் இருந்தது. விரதம்விட்டு, காக்கைக்குச் சாதம்போட்டு, சாப்பிட்டுவிட்டு பகலில் படுக்கைக்குப் போனவர் தான் அதன்பின்பு சங்குப்பிள்ளை எழும்பவே இல்லை!

வாடாத அந்த நினைவின் வாசத்தோடு வாசலுக்கு ஓடினார் பழனியாபிள்ளை. ஆவேசத்தில் அந்த ருத்ராட்சத்தைக் கெட்டியாகப் பிடித்துக் கொண்டார். மண்ணோடு, மண்ணாகக் கிடந்ததுதான். இதற்கு என்று தனிமதிப்பில்லை. அதை உயிராய் மதித்த அந்த உயிர்மீது இருந்த மதிப்புதான். கடைசி காலத்தை தகப்பனார் கழித்த விதம். அவரின் மௌனஒலி, வருசங்கள் பல ஓடிவிட்டன. அந்த ஒலியின் அடர்த்தி இன்னும் அப்படியே வீடு முழுவதும் உறைந்து கிடக்கிறது. எல்லாம் நேற்றிரவுக் “கனா” மாதிரித்தான் இருந்தது. நினைவில் எழும்பியதை, அது எழுப்பியதை நினைக்கையில் புது அர்த்தம் தோன்றுகிறது!

பழனியாபிள்ளை வாசலுக்கு வந்தார். தெருவிளக்கு மூச்சு விட்டுக் கொண்டிருந்தது. சோகையான வெளிச்சம் வீதியில் கிடந்தது! முக்கால் திண்ணை வரையிலும் அந்த வெளிச்சம் ஏறிக் கிடந்தது. அந்த அசலூர்க்காரர்களுடன், யாரோ ஒருவன் பேசிக் கொண்டிருந்தான்.

பழனியாபிள்ளை உருவத்தைக் கண்டதும், அவன் விலகி, தெருவில் நடக்கத் தொடங்கிவிட்டான்.

“யாரதுடா?”

“மேற்கு தெருவாம். நேற்று காலை ஏதோ ஒரு ஊர் சந்தையிலே ஒருவர் மாட்டை வித்துட்டு வந்தாராம். அது தும்பை அறுத்துகிட்டு இப்ப ஓடியாந்துட்டுதாம். அதை பாத்துவிட்டு, அவே பொஞ்சாதி அழுது மடியுறாளாம்.”

பழனியாபிள்ளைக்கு கண் ததும்பியது. அந்தக் குரல் காதில் விழுந்ததே ஒழிய நெஞ்சில் உறைக்கவில்லை!

"எது, எது எங்கே சேரவேண்டுமோ அது அது அங்கே போய் சேர்ந்துவிடுகிறது". இது உபதேசமில்லை, தத்துவமில்லை எப்போதும் புத்திக்குள் புத்தன் பிறப்பதில்லை! சராசரி வாழ்வின் சாரமே இது தான்!

பழனியாபிள்ளைக்கு மயிர்க் கூர்ச்செறிந்தது! வார்த்தைகள் மூச்சோடு சேர்ந்துவந்தன. கையில் இருந்த, அந்த ருத்ராட்சத்தை நெஞ்சோடு சேர்த்து இறுக்கிக்கொண்டார்.

"ராச்சாப்பாடு ஆச்சா?"

"ஆச்சு"

"யாருன்னு தெரியலெ. எங்கலெ பாத்துப்புட்டு, அதோ அந்த வீட்டில் இருந்து ஒரு அம்மா, ஒரு சட்டிலெ சோறும், குழம்பும் கலந்து கொண்டாந்து கொடுத்துச்சு..."

"அதான்டா கேக்காலமுனு வந்தேன்"

"ஒங்களுக்குச் சாப்பாடு ஆச்சா?"

"ஆனாப்புலெ தான்டா!"

"கோழிகூப்பிடவும் கௌம்புறோம்யா, என்னவோ ஒறவுக்கு வந்தாப்புலெ இருக்கு!"

"வாஸ்தவம் தான்டா"

"..........."

"இவ்வளவு வெடிப்பா பேசுறவன்கிட்ட பேரு என்னனு கேக்காம வுட்டுப்புட்டேன்பாருடா...."

ஒரு கணம் தயங்கினான்.

"ஒன் பேர் என்னானு கேட்டேன்?"

"சங்கூதுரவன்யா"

"பேரு என்னானு சொல்லுடான்னா!"

"சங்கு சுப்பன்"

'நம் நற்றிணை' – ஜனவரி 2018

❑

சித்திரைமதி

வண்டிச் சுப்பையாதான் அந்தச் செய்தியை வந்து சொன்னான். அதை எப்படிச் சொன்னான் என்று தெரியவில்லை. அதே வேகத்தில், அதே படபடப்பில் நெஞ்சு பதைபதைக்க ஓடி வந்தவன் அப்படியே சொல்லிவிட்டான்! கருப்பன் ஏதோ வேலையாக இருந்தவன், "நிஜமாடா" என்று கூடக் கேட்கவில்லை! "என்னடா சொல்ற பாவிப் பயலே" என்று கூட அலறவில்லை! அதுவும் ஒரு கணம்தான். அப்படியே உட்கார்ந்துவிட்டான்! தலையில் கைவைத்த படியே தரையில் சரிந்துவிட்டான். என்னவோ ஏதோ என்று ஓடி வந்து, அவனை உசுப்பி எழுப்பியதுதான் தாமதம்!

அவன்போட்டக் கூச்சலில், அந்த அலறலில் நிலத்தைக் கொத்திக் கொத்தித் தீனி பொறுக்கிக் கொண்டிருந்தக் கோழிகளும், குஞ்சுகளும் படபடவென்று வெடித்து சிதறிற்று! அந்தச் சிதறலில் ஒன்றிரண்டு இறகுகள் உதிர்ந்து காற்றில் அலைந்தன. மாட்டுக் காடியில் இருந்த பசுக்களும் கூட, மடமடவென்று சற்று இடம் மாறி வெறித்துப்போய் பார்த்தன. வண்டிச் சுப்பையாவுக்கு உடம்பெல்லாம் உதறல் எடுத்திற்று. ஏதோ அடுப்பு ஜோலியாக இருந்த பவுன்தாய் சேலையை அள்ளிப்போட்டுக் கொண்டு, ஒலம்படியோடு வாசலுக்கு வந்தாள். பூமி ஈரம் பூத்துக் கிடந்தது. தரையில் கால்வைத்ததுதான் தாமதம்!

"என்னடா சங்கதி? எல்லாம் ஒரு வடியா இருக்கீக?"

"ஆத்தா ஒரு கெட்டகாரியம் ஆயிப்போச்சு!"

"எழவெடுத்தவனே என்னடா சொல்ற?"

"எழவுதான்!"

"யாருடா?"

"நம்ம மாயாண்டிப் பயலெ போட்டுட்டாங்கே ஆத்தா! ஒத்த மடை ஓடையிலெ கொலை பலியாக் கெடக்கான்.."

ஆத்தா பெருங்குரலெடுத்து அலறினாள். மாரில் அடித்துக் கொண்டே, இங்குமங்குமாக அலைந்தாள். நிலைகுலைந்த அலைச் சல்! அந்த அலைச்சலிலும் அடுப்பு விறகுகளை வெளியே இழுத்து விட்டு, நீரைக் கொட்டி அணைத்தாள். அழுகையும், ஆவேசமும் பொங்க "எங்கடா அந்தப் பெரியமனுசன்" என்று பெருங்குரலெடுத் தாள். அதற்குள் தெருவில் போவோரும், வருவோரும் திகைத்து நின்றார்கள். வேலிப்படலைத் தள்ளிக் கொண்டு, ஏழு எட்டுப் பொம்பளைகளும், ஆம்பளைகளும் வீட்டுக்குள்ளே வந்துவிட்டார் கள். கூட்டத்தைக் காங்கவும் ஆத்தாளின் ஆங்காரமும், அழுகையும் கூடிற்று! கருப்பன் வெறி பிடித்தவன் போல, ஆவேசத்துடன் வைக் கோல் படப்பில் ஒளித்து வைத்திருந்த வீச்சருவாளைத் தேடிக் கண்டுபிடித்து, எடுத்துக் கொண்டு சீற்றமாக வீதிக்கு வந்தான். அவன் பின்னாடியே ஆத்தாள் அலறி அடித்துக் கொண்டு ஓடினாள்! தெருவே திகைத்துப் பார்த்துக் கொண்டிருந்தது.!

கருப்பனுக்கு பதற்றம் சற்று தணிந்தது! உடல் நடுக்கம் குறைந் தது. நெஞ்சுத் துடிப்பும், உதறலும் மட்டுப்பட்டது. ஆனாலும் மனம் வலுக்கொள்ளவில்லை. ஒருவிதமான கலக்கம். இப்படி இருந்தால் உடம்பு கெட்டுவிடும். நரம்புத் தளர்ச்சி கூட வரலாம். நாக்கு உலர்ந்து வறட்சி கண்டுவிட்டது. எச்சிலைக் கூட கூட்டி விழுங்க முடியவில்லை. ஆனாலும் சமாளித்துக் கொண்டு, ஒருவிதச் சங்கடத் தோடு நின்றான். அப்பவே "பெரிசு" சொல்லிச்சு. "இதெல்லாம் நமக்குத் தோதுப்படாதுடா. ஜோலியைக் கெடுத்துப் போடும்"னுச்சு! அப்போது இப்படித் தோன்றவில்லை. இப்படியெல்லாம் நடக்கும்னா நினச்சுச்சு? நடந்துபோச்சு. இனி என்ன செய்ய? என்ற பதட்டம் தான்! கைகால், உடம்பெல்லாம் ஆட்டம் கொடுக்கிறது. இப்படி வந்து அனாதையாக நிற்கிறோமே என்ற வேதனை!

அது வேதனையாக மட்டும் நின்றுவிடவில்லை. நடு நெஞ்சில் சுளீர் சுளீர் என்று குத்திக் கொண்டே இருந்தது. தலைகலைந்து, உடல்வேர்த்து, முகம் கறுத்து சிறுத்து இப்படி நிற்கும் தோற்றத்தை, தோற்றுப்போய் நிற்கும் தோற்றத்தை ஊரே பார்த்துச் சிரிக்கிறாற் போல், எல்லோரும் ஜோலி தொந்தரவுகளை எல்லாம் விட்டுவிட்டுத் தன்னைப் பற்றியே நினைக்கிறாற்போல் தோன்றியது!

கருப்பனும் அவன் அண்ணன் மாயாண்டியும், ஆத்தா அப்பனைப் பலி கொடுத்த பயலுக! அந்த நினைப்பே எழ விடாமல் தான் "பெருசு" இருந்தார். ஆத்தாளும் அப்படித்தான். ஆக்கிப் போடுவது மட்டும்தான் என்றில்லை. "இது"களுக்குத் தேவையான "பண்டு" தங்களை எல்லாம் பார்த்துக் கொண்டு, இந்த இரண்டு உசுருகளையும் உருப்படி பண்ணிப்போடனுமே என்று பலியாகக் கிடந்தனர்! பெத்த மகளைப் பறிகொடுத்த மனசுக்கு அதுதான் ஆறுதல், இப்படிப் பெத்துப் போட்டுவிட்டுப் போய்ச் சேர்ந்து

விட்டாளே என்ற வேதனையை விரட்ட அவளுக்கு அதுதான் வழி! கருப்பனும் சரி, மாயாண்டியும் சரி அவளை, அந்த பழுத்த ஜீவனை ஆத்தாளாகவேதான் பாவித்தார்கள்! அந்தக் கதகதப்பிலேதான் இருந்தார்கள்.

இது கொலைதான்! முழுசாக ஒரு மனிதனை வெட்டி முறிக்கிற வேலை, இரவு தண்ணி கட்டிவிட்டுத் திரும்பியவன் அதிகாலை கருக்கல் விலகவில்லை. மாயாண்டி மண்வெட்டியைத் தோளில் சரித்துக்கொண்டு, ஒத்தமடை ஓடையில் கால்வைத்தது தான் தாமதம்! மடேறென்று ஏதோ மரக்கிளை முறிந்து முதுகில் விழுகிறாற் போல், ஒரு பாரம் இறங்கிற்று. தடுமாறித் திமிற வீச்சரிவாள் நெஞ்சில் விழுந்திற்று, என்ன நடக்கிறது என்று தீர்மானிப்பதற்குள் ஓடைத் தண்ணியெல்லாம் செக்கச் செவேல் என்று சிவப்பாயிற்று. எப் போதும், கருப்பன்தான் ராவுல தண்ணிகட்டப்போவது வழக்கம். நேற்று இரண்டாம் ஆட்டம் சினிமாவுக்குப் போனதால் தான் மாயாண்டி மண்வெட்டியைத் தூக்கும்படியாக ஆகிவிட்டது. மாயாண்டிக்கு அது தோது இல்லாததுதான். என்றுமில்லாமல், அன்று எப்படியோ மண்வெட்டியைத் தூக்கிவிட்டான். வழக்கமாக கருப்பன்தானே வருவான் என்று கணக்குப் போட்டுக் காத்திருந்த வனுக்குக் "குறி" தப்பிவிட்டது! மாயாண்டியோ, கருப்பனோ உயிர் உயிர்தான்!

இவ்வளவு நடந்தபின்பும், அதுவும் ஒரு உயிரைப் பலி கொடுத்த பின்பும் அதில் இருந்து தப்ப முடியவில்லை. அவள் நினைப்பை, சதா மனதில் அலையடித்து எழும்பும் அந்த சித்திரத்தை விரட்டி ஓட்டமுடியவில்லை! அந்தப் பாரம் தாங்காமல், இப்படி வந்து, இங்கே வந்து உட்கார்ந்து கொள்வது மன ஆறுதலாகத்தான் இருக் கிறது. பழையதை அசைபோட, அவனுக்குத் தோதான இடம். அந்த இன்பம், அவன் மனம் கிளர்ச்சியுற்று காணாததைக் கண்டது போலக் குதித்தாடும்! இதோ இப்போது துவண்டு சரிந்து கிடப்பதும் இந்த இடம்தான்!

"ஏன்டா இப்படி ஒத்தையிலெ வந்து இங்குன ஒக்காந்து கெடக் கிறவன்?"

"சும்மாதான்"

"என்னடா சும்மா நொம்மாணுகிட்டு, ஒண்ணு கெடக்க ஒண்ணு ஆச்சுனா?"

"இனி என்னா ஆவப்போவுது?"

"பார்றா, கோக்குமாக்காப் பேசுறத? ஒரு உசுரு போனது பத்தா தாக்கும்!"

"போகட்டும் பாட்டா, இருந்து என்னத்தக் கண்டுச்சு.."

“நல்ல பேச்சுடா இது! அவிங்க கெட்ட சாதிப் பயலுகடா! அவிங்க கூட எல்லாம் சகவாசம் வேண்டாமுண்டுச்சு, கேக்குறீகளா!”

“இப்ப என்னவாம்?”

“என்னவாம் நொண்ணாவாமுண்டுகிட்டு, ஓஞ்சத்துக்கு தக்கன தான பாக்கணும்?. மொரட்டுச் சாதிக் காரங்க விடுவாங்களா?”

“அதையும் பாத்திப்பிடுவோம் பாட்டா”

“தொரட்டு பண்ணாம போவீயா, வாடா இருட்டிட்டு வருது போவலாம்”

“போ பின்னாடி வர்றேன்”

“பூச்சிபொட்ட கெடக்குமுடா”

“வாறேன் போ”

“அப்புறம் ஓம்பாடு. ஒங்க பெரிசு வயசுதாண்டாப்பா எனக்கும்! இந்த சங்கதிக்குப் பொறவு “பெரிசு” ஆளே முடங்கிட்டாப்புலெ. நடமாட்டமில்லை. ஊரும் ஒரு வடியாக் கெடக்குனு சொன்னா...”

“சரி பாட்டா, போ. வர்றேன்”

“நாம ஓசந்த எடத்துலெ பொழங்கணும்னு நெனச்சா? அது ஆவுமாடா?”.

அவர் நடந்து, மறையும் வரை கருப்பன் அவர் முதுகையே பார்த்துக் கொண்டிருந்தான். அந்த உருவம் கரையும் வரைக் கண் களைத் திருப்பவில்லை.

அந்த மரத்தின் குளுமை நாளுக்கு நாள் கூடிக்கொண்டேதான் போகிறது. அடர்ந்து படர்ந்து இருக்கும் மரம்! அரசமரம் தன்னு டைய இலை தழைகளை எல்லாம் உதுத்துவிட்டு, மறுபடியும் பச்சைப் பசேலென்று, அடர்த்தியாக அந்தக் குளுமையைக் கூட்டிக் கொண் டது. கருப்பனுக்கு இங்கு வந்துவிட்டால் போதும். இப்படி வந்து நின்றுவிட்டால் போதும். பீடி வேண்டாம். சிகரெட் வேண்டாம். சுவாசம் சீராகிவிடும். என்னமாகக் காற்று வீசுகிறது!

கருப்பனுக்கு இதமாக இருந்தது! உழைத்த களைப்பெல்லாம் வேர்வை மாதிரிப் பிரவாகம் எடுத்து, உடம்பில் இருந்து ஒழுகி விட்டது. அப்படியே வருடிக் கொடுக்கிறாற்போல் ஒரு சுகம். ஒரு நிமிசம் நின்னாக்கூடப் போதும் அத்தனை துக்கமும் தொலைந்து போயிடாதா? இப்படி எத்தனை வருசமாக எத்தனையோ பேர்களின் துக்கங்களையும் சோகங்களையும் துடைத்துக்கொண்டு இந்த மரம் இப்படி இதே வாக்கில் நிற்கிறதோ? எப்படியும் முன்னூறு வருச மாவது இருக்கும்!

பச்சமுத்து பஞ்சர்கடை போட்டிருக்கிறான். அவன் அப்பா முன்பு இதே இடத்தில் “செருப்பு” தைத்தார். அவரோட அப்பாவும்

இதே மரத்தடியில் தான். என்னவேலை என்று தெரியாது. வயிறு நிறைய ஏதோ ஒரு வேலை, அடிமை வேலையில் எதுவாக இருந்தால் என்ன? பழுத்த மரத்தின் வாசமும் வாஞ்சையுமே தனிதான்! எத்தனை விதமானப் பறவைகள்! பட்சிகள்! பச்சைக் கிளிகள். இந்தச் சுத்துப்பட்டுக் கிராமங்களில் எல்லாம், இப்போது கிளிகளை எல்லாம் எங்கே பார்க்கமுடிகிறது! கிளிகளை மட்டுமா? பொழுது எழும்புவதுதான் தாமதம், எத்தனை விதமான மனுஷப் பிறவிகள், வியாபாரிகள், கூலிகள், தரகர்கள், “கோவிச்சுகிட்டு” வந்த உசுருகள் “கோட்டி பிடிச்சதுக” என்று ஒதுக்கப்பட்டதுக! “சீக்காளிகள்” என்று எத்தனை மனுஷ மக்கள். இத்தனைக்கும் நடுவில், இது எதுவும் கண்ணில் படாமல் பஸ்ஸுக்காக் காத்திருக்கும் ஜனக்கூட்டம்!

இந்த ஊருக்கு பஸ்விட்ட நாளில் இருந்து, பஸ்ஸுக்காக ஜனங்கள் நிற்கும் இடமாக இந்த அரசமரம்தான். அதற்குப் பிற்பாடு தேரடி முக்கில் ஒரு ஷெட்டுப்போட்டு, ரோட்டையும் அகலப்படுத்தி பஸ் ஸ்டாண்ட் மாதிரித் தோது பண்ணி விட்டார்கள். ஆனாலும் ஜனக்காடுகள் இங்குதான் நின்னுக் கிடுதுக. இது ஒரு விதமான உறவு. இப்படி எத்தனையோ விதமான உறவுகள் மனுஷப் பய உசுருக்குத் தேவையாகத்தானே இருக்கிறது.!

அப்படி ஒரு உறவுதான் இது கருப்பனுக்கு! பச்சமுத்து பஞ்சர் கடையில் வந்து நின்றுவிடுவான். சிலசமயம் அவனுக்கு ஒத்தாசையாகப் பஞ்சர் ஒட்டுவான்! “வயக்காட்டு” வேலைக்குத் திரும்பிய பின்பு இப்படி வரமுடியவில்லை. அன்று எங்கோ பஸ்ஸுக்குப் போக வேண்டும் என்று வந்தவன் தான். வரவேண்டிய பஸ் வரவேண்டிய நேரத்திற்கு வரவில்லை. அந்த அசதியில் எவ்வளவு நேரம்தான் கால்கடுக்க நிற்கமுடியும்? அப்படியே உட்கார்ந்து விட்டான். அப்போதுதான் அந்தக் காட்சி!

காட்சி என்றால் கண்களை நிறைக்கிற இயற்கைக் காட்சியல்ல. இதயத்தைச் சுண்டி இழுக்கிற காட்சி! சித்திரைமதி! அந்தப் பேர் எல்லாம் அப்புறம்தான். அப்போது அந்த முழு நிலவுதான்! “ஓம் முருகா” மெடிக்கல் வாசலுக்கு முன் மரப்பலகைப் போட்டு உட்கார்ந்து இருந்தான். அவன் முன் பந்து பந்தாக கதம்பமும், மல்லியும், கனகாம்பரமும், வாடாமல்லியும்! இவை அத்தனையும் மீறி சித்திரைமதிதான் எடுப்பாக இருந்தாள். பார்த்தான். பார்த்துக் கொண்டே இருந்தான்.

அது ஏன் அந்த நேரத்தில், அதுவும் அவன் கண்களில் பட வேண்டும். அந்த இடத்தில் எத்தனையோ பேர் வருகிறார்கள். போகிறார்கள். இவன் கண்களில் மட்டும் ஏன் அது விழுந்து உள்ளே இறங்க வேண்டும். விதி என்று சொல்ல முடியவில்லை. ஒரு விடியல் என்றுதான் நினைத்தான்! கண்களில் இறங்கிய அந்தச் “சித்திரம்” நெஞ்சில் விழுந்து ரத்தத்தில் கலந்துவிட்டது! அப்படித்தான் அதைச் சொல்லத் தோன்றுகிறது!

அப்போதைய அவன் மனநிலையும் உடலும் இருந்த நிலையே வேறு, அதை எல்லாம் உணரத்தான் முடியும். அதை அனுபவிக் காதவனுக்கு இது வெறும் உளறலாகத்தான்படும். அந்தக் காட்சியை, காட்சியாக ஊற்றெடுத்த அந்தச் சித்திரத்தை, அவன் மனம் வாங்கிக் கொண்டது. அதற்குப் பிற்பாடு பஸ் வந்ததா? போனதா எந்தப் பிரக்ஞையும் இல்லை!

அதே ஏக்கமாகச் சுற்றித் திரிந்தான். ஒரு தவம் மாதிரி அந்த இடத்தில் வந்து அமர்ந்து விடுவான். எந்த நினைப்பும் இல்லாமல், எந்தச் சிந்தனையும் இல்லாமல் அவள் நினைப்பாகவே, அந்தக் காட்சியை எதிர்பார்த்து வந்து உட்கார்ந்து விடுவான். காலம் கடந்து எல்லாம் காலாவதியாகிவிடுமோ என்ற கலக்கத்தில் இருந்தவன் கண்ணில், அவளின் சிரிப்பும், இவனைக் கண்டபோது அவள் முகம் மலர்வதும், கடவுள் காட்டிய ஒளியாகவே அவன் நினைத்தான்! உண்மையில் ஒளிதான் அது! அந்த ஒளியை உள்வாங்கிக் கொண்டு தரிசிக்க கண்கள் மட்டும் போதாது. காலம் பழுத்தது!

மனதால் தாங்கிக் கொண்டு, அதை அந்தக் காதலைக் கனவோடு தழுவி நின்றாலும் மனம் துணியாத போது அந்தக் காதலுக்கு வலுவேது? ஒரு நாள் அவளை, அந்த சித்திரைமதியை நெருங்கிப் பேசிவிட்டான். இதுவரை எத்தனையோ பேசினாலும் வார்த்தை யாகப் பேசுகின்றபோது அதற்கு ஒரு வசீகரம் வரத்தான் செய்கிறது! அவளுக்கு மனம் கனிந்து கனிந்து உருகினாலும் அவள் தன் எல்லையைத் தாண்ட முடியாமல், அதே நிலையில் நெஞ்சில் தேக்கிக் கொண்டே போனாள்.!

காலப்போக்கில் அந்தக் கனிவே அவள் உள்ளத்தில் தணலாய் தகிக்கத் தொடங்கிற்று! ஊரின் எல்லை அவளுக்குத் தெரியும். எல்லை மீறினால்? நினைத்தாலே நெஞ்சு வாட்டமாகி விடுகிறது. அப்போதெல்லாம் மனம் மாறுதலைவிட ஆறுதல் தேடுவதை உணர்ந்தாள். அவன் உறுதியும், ஊக்கமும் உற்சாகம் கொடுத்தாலும் ஊரின் கண்களைப் பார்க்கும் போதெல்லாம் சந்தோசமே இல்லாது ஒரு விதமான வெறுப்பை அவள் மனம் சுமக்கத் தொடங்கிவிடும்! பலமுறை ஊரடித் தோட்டத்திலும், ஆற்றுப் பாலத்திலும் யாரும் காணாதவாறு கருப்பனைக் கண்டிருக்கிறாள். திடுமெனத் தோன்றி மறையும் அந்த ஜொலிப்பில் மயங்கி, பின் மனம் துவண்டு மனதுக் குள்ளே உறைந்துகிடக்கும் பயம்!

ஊரடித் தோட்டத்திற்குச் சித்திரைமதி வரும்போது, பொழுது நன்றாகச் சரிந்துவிட்டது. மரத்தடிகளில் இருட்டு படர்ந்து விட்டது. உயிரைக் கையில் பிடித்துக் கொண்டுதான் வந்தாள். நெஞ்சு திக்திக் கென்று அடிப்பது கூடத் தெளிவாகக் கேட்கிறது. இத்தனை துணிவு தனக்கு எப்படி வந்தது? யார் கொடுத்தார்கள்? இந்தப் பொழுதில் அதுவும் தன்னந்தனியாக, ஒரு கண்ணும் பட்டுவிடாமல் பதுங்கிப்

பதுங்கி, பதுங்கு குழியில் நடப்பது போல் நடப்பது நான்தானா? அவளால் நம்பமுடியவில்லை. நம்பும் படியான காரியமா இது? புங்கை மரத்தடியில் வைக்கோல் படப் போரமாக கருப்பன் நின்றிருப் பதை, தூரத்திலே பார்த்து விட்டாள். அவளைப் பார்த்ததும் அவனும் பரபரப்படைந்தான். ஒருவிதமான அமைதியின்மை! அவளும் வாட லாகத்தான் இருந்தாள். ஆபத்தின் அறிகுறிகளைச் சுமந்து கொண்டு, முகம் சுண்டிப் போயிருந்தது!

“மதி, நீ ஏன் என்னவோ போல இருக்க!”

“ம்..”

“சொல்லு, ஏன் ஒரு வடியா இருக்க? வூட்டுலெ பிரச்சனையா?”

“பயமா இருக்கு!“

“ஒரு வாரம்தான். பொறுத்துக்க..”

“ஏற்கனவே ஒரு உசுரு போயிடுச்சு”

“பயப்பட்டா ஆவாது!”

“பயப்படாம! என்ன நடக்கப் போவுதோனு வருது..

நல்லதா நடக்குமானு தெரியலெ!”

“மனச ஒலட்டாம இரு!”

“ஒன்னையப் பாக்குறப்ப ஒரு மாதிரி இருக்கு, அப்புறம் வேற மாதிரி, ஒரே துக்கமாயிடுது”

சிறிது நேரம் கருப்பனைப் பார்த்தாள். ஏதோ சொல்ல வாய் எடுத்தவன் அப்படியே நிறுத்திக் கொண்டான். அவன் முகத்தையே மருண்டு மருண்டு பார்த்தாள். பிறகு கண்களில் நீர், தாரை தாரை யாகப் பெருகிற்று. தான் கலங்குவதை அவன் பார்க்கக் கூடாது என்று உள்ளங்கையால் அந்த நீரைக் கன்னத்தைச் சேர்த்து இழுகிக் கொண்டாள்.

“ஊருக்குள்ள புதுசு புதுசா ஆள் நடமாட்டம் தெரியுதாம்.

எங்க சொந்தகாரங்களே அசலூர்ல்லெ இருந்து வந்திருக் காங்க”.

“உங்க வூட்டுலெயா இருக்காங்க?”

“இல்லை. எங்கோ தோட்டம், காடுனு இருக்காப்புலெ தெரியுது. அதான் பயம்!”

“ஒரு வாரம்தான். அதற்குள்ள ஏற்பாடு ஆயிடும்”.

“என்ன ஏற்பாடு?”

“பொறு”

“ஓடிப்போயிடுறதா?”

கருப்பன் ஒருகணம் தடுமாறி, அவளைப் பார்த்தான்.!

“சொல்லு”

“இங்க, இந்த ஊர்லெ நாம இருக்க முடியுமா?”

“இந்த ஊர்தான் சாசுவதமில்லெ”

“பின்ன?”

“நான் இருக்கேன். அவ்வளவுதான்”

சித்திரைமதி அவனை நெருங்கினாள். அவனைத் தொட்டுத் தழுவினாள். வாழ்க்கையில் ஒன்றுமில்லை. எல்லாம் கரைந்து விட்டக் காட்சி என்று எண்ணியிருந்தாள். அந்த இன்பம் இன்னும் இருக்கிறது. சித்திரைமதி கருப்பனை ஒரு பார்வை பார்த்தாள். கனல் போல் ஒரு பார்வை! அவள் அப்படிப் பார்த்தால் போதும். அது பளிச்சென்று பிரகாசிக்க ஆரம்பித்து விடும். வாழ்க்கையில் இருவரும் கை பிடித்துக் கொள்ளப் போகிறோம் என்ற உறுதிப் பட்டவுடன், உள்ளம் அடைகிற உவகைக்கு அளவேது? உயிர் உள்ள வரை என்ற உறுதி ஆழம்பட்டு விடுகிறது. இருள் நன்றாக விழுந்து விட்டது. அவளை இந்த இருளில் தனியாக அனுப்பத் துணிய வில்லை. இருவரும் சேர்ந்தேதான், ஊரடிவரைச் சென்றார்கள். தெருவிளக்கு வெளிச்சத்தில்தான் பிரிந்தார்கள். தெருவைக் கடக்கும் வரை சித்திரைமதிக்கு நிம்மதி இல்லை. ஏதோ அசம்பாவிதம் நடக்கப் போவதுபோல் மனம் கலங்கியது. அவனுக்கு ஒன்றும் ஆகிவிடக் கூடாது என்று வேண்டிக் கொண்டாள்.

கருப்பனுக்கு நிதானம் வர ஒன்றரை, இரண்டு மணி நேரம் ஆயிற்று. எழுப்பி கைத்தாங்கலாக உக்கார வைத்ததும் தலை கொடக் கொடக்கென்று இடமும் வலமுமாக உருண்டது. மலங்க மலங்க விழித்துக் கொண்டிருந்தான். உடல் எல்லாம் வேர்வை. மூச்சும் சீராக இல்லை.

“கொஞ்சம் தண்ணி கொடுங்க”

“வேண்டாம்முங்கிறான்”

“சோடா?”

“ஒண்ணும் எறங்கலெ!”

“கொஞ்சம் ஓவர்தான். ஒரேயடியா கக்கிட்டான்”

இது அவனுக்குப் பழக்கமில்லை. இப்படி நடந்த வழக்கமு மில்லை.

“ஒரே நாத்தமா இருக்கு. ஒரு வாளி தண்ணிய ஊத்தி அலசி விடுங்க..”

“பொழுதன்னைக்கும் கொட கொடன்னு கக்குறான்”

கருப்பன் கண்ணைத் துடைத்துக் கொண்டதைப் பார்த்து, ஆத்தா அவன் பக்கத்தில் வந்து உட்கார்ந்து கொண்டாள். அவனை மடியில் சரித்துக் கொண்டாள். ஆத்தா கை பட்டதும் தேம்பித் தேம்பி அழுதான். நெஞ்சுக்கூடு மேலும் கீழுமாக அலைந்தது.

"நீ எதுக்குடா இப்படி கதறுர?"

பேச முடியாமல் கண்களை மலர்த்தி ஏதோ சைகை காட்டினான்.

"நமக்கு இஷ்டமிருந்தா மட்டும் ஆச்சா?"

"என்னவோ வுடு"

"இந்த ரெண்டு வருசமாவே சீக்காளியா ஆகிட்டான்".

"அவளுக்கு என்ன ஆச்சாம்?"

"யார் கண்டது, ஆளாளுக்கு ஒண்ணச் சொல்லுது. எது உண்மைங்கட்டும்?"

"எதுனா அசம்பாவிதமா?"

"அப்படித்தான் சொல்றாக!"

"அடக்கடவுளே!"

"என்னவாம்?"

"அதான் ஒண்ணும் தெரியலெ. எங்குட்டோ கொண்டு போயிட்டாகங்குறாக, கொண்ணு போட்டாகங்குறாக யார் கண்டா?"

"நேத்துப் பாத்தேங்கிறானே கருப்பன்"

"ராவுக்குள்ள என்ன நடந்துச்சோ ஏது நடந்துச்சோ.."

"ஊரே ஒரே கொதியாக் கெடக்கு, எல்லாம் நம்ம தலையத்தேன் உருட்டுது.."

"இவே வேற இப்படிக் கெடக்கான். விடியுங்காட்டியே செய்தி தெரிஞ்சதும் ஒரே ரகளை பண்றான்".

"சூதானம்!"

"உசுரைக் கையிலெ பிடிச்சுக்கிட்டுத்தான் கெடக்கோம்" ஆத்தா நெஞ்சில் கை வைத்து அழுதாள்.

இது அத்தனையும் காதில் விழ கருப்பன் ஆவேசம் கொண்டு அலறினான். கதறினான். அடிக்கடி எழுந்து தெருவுக்கு ஓட யத்தனித்தான். ஏழு எட்டு முரட்டு ஆட்கள் பிடித்து அமுக்கும் படியாகவே இருந்தது. என்ன நடக்கப்போகிறதோ, ஏது நடக்கப் போகிறதோ என்ற பீதியும், அவன் இருக்கும் நிலையும் ஒரு விதமான அசாதாரண மாகவே இருந்தது. பெருங்குரலெடுத்து அலறினான். தெருவில் போலீஸ் நடமாட்டம் கூடிற்று, ஒவ்வொருவரும் ஒன்றைச் சொல்கிறார்கள்!

'குமுதம் தீராநதி' – மே 2015

பொங்கும் பூம்புனல்

முடிவை மாற்றியிருக்க வேண்டும், இப்படி நினைத்தவுடன் திடுதிப்பென்று கிளம்பியிருக்கப்படாது! அதுவும் வீட்டில் ஒருவரிடமும் சொல்லிக் கொள்ளாமல் எதற்கு இப்படிக் கிளம்பினோம் என்று கூடத் தோன்றுகிறது! அவன் கிளம்புவதற்கு முன்பே, சற்று முன்புதான், அப்பா கலப்பையைத் தோளில் ஏற்றிக் கொண்டார். தோளில் கிடந்த துண்டை வட்டமாகச் சுருட்டி, இடது தோள் பட்டையில் ஒருவாகாக வைத்துக் கொண்டு, அதன் மேல் கலப்பையை நிறுத்திவிட்டார். அது அமுங்கியதும் அவர் உடல் சிறிது தடுமாறியது. இரண்டு கால்களும் நடுக்கம் கொடுத்தது. கலப்பை நல்ல கனம்! இவன் கண்விழித்த காலத்தில் இருந்தே அந்தச் சுமையைச் சுமக்கிறார். அதுதான் சோறு போடுகிறது. இடது கையில் நீளமான கடப்பாரை ஒன்றையும் எடுத்துக் கொண்டார். நாலு எட்டுப் போட்டு நடக்கும் வரைத்தான் தடுமாற்றம். அப்புறம் எல்லாம் சரியாகிவிடும்! விடிவதற்குமுன் இப்படி வீதியில் இறங்கினால், பொழுது மடிந்த பின்புதான் வீடு திரும்புவார். அவர் தெருவில் இறங்கி, கோடாங்கி தெருவுக்குள் சென்று மறையும்வரைக் காத்திருந்த பின்பு, சடக்கென்று, வீதியில் இறங்கிவிட்டான்!

இவன் வெளுத்த உடைபோட்டுக் கொண்டு, கைப்பையுடன் படியிறங்குவதை அம்மா பார்த்துக் கொண்டுதான் இருந்தாள். கண் இமைக்காத பார்வை, நெஞ்சில் கனம் கூடிற்று! என்ன செய்ய முடியும்? ஒரே பிள்ளை! எப்படியும் உருப்படியாக மாட்டானா? என்ற நம்பிக்கைதான். அப்படியே இருந்தாலும் ஒரு "வட்டி" சோறுக்கு வழியில்லாமலா போகும்? நாலு வீட்டுக்கு சாணி அள்ளிப் போட்டு, எருத்தட்டி, விறகு அள்ளி சுள்ளி பொறுக்கி அதை, வெயிலில் போட்டு உலர்த்தி விறகாக்கி அதுக்கு ஒரு விலை கிடைக்காமலா போகும்? ஒரு போதும் அவள் விதியை நொந்து கொண்ட

தில்லை, கொண்டாட்டமாக இல்லாவிட்டாலும் கொள்ளிபோட நமக்கு "ஒரு ஆள்" இருக்கே என்ற நினைப்பிலே நிறைந்து கிடப்பவள். எப்போதும் புகை மண்டிய அம்மாவின் முகம் அவனுக்கு வேதனை தரும்!

முடிவை மாற்றியிருக்க வேண்டும்! பொழுது இறங்கியபின்பு, நிதானமாகக் கிளம்பியிருக்க வேண்டும். அப்பாவிடமும், அம்மாவிடமும் கூட ஒரு வார்த்தை சொல்லிவிட்டு, வார்த்தையாகக் கூட வேண்டாம், ஒரு மாதிரி ஜாடைகாட்டி விட்டுக் கிளம்பியிருக்க வேண்டும்! இதெல்லாம் அவர்களுக்குத் தெரியாததா என்ன? அப்படி எங்கே போய்விட முடியும்? இரவு கடந்துவிட்டால் ஊரைத் தாண்டி விட்டான், என்று அர்த்தம். ஒரு பொழுதோ! இரு பொழுதோ! வேறு புகலிடம்? அப்பா அந்தக் கலப்பையை, ஒரு உந்து உந்தித் தூக்கி அதன் மொத்தப் பாரத்தையும் தன் தோளில் வாங்கிக் கொண்ட, அந்தக் காட்சியைத் தான் அவன் பஸ்டாப் வரையிலும் சுமந்துகொண்டு வந்தான். அது இதோடு முடிந்து விடவாப் போகிறது? அப்பாவுக்கு என்ன வயது இருக்கும்? குத்துமதிப்புதான், எழுபதுக்கு மேல் இருக்கும். அதையெல்லாம் கணக்கிட்டு களிப்படையவோ, கவலைப்படவோ கூட அவருக்குத் தெரியாது! அவரின் ஜோட்டு ஆட்கள் சொல்லக் கேட்டதுதான்! நிச்சயம் எழுபதுக்கு மேல்தான்! கண்களில் திரை விழவில்லை, காது, தன் கதவை மூட வில்லை. தலைமுடி மட்டும் தான் நரைகண்டு, துவண்டு விட்டது! தலைநிமிர்ந்துதான் இருக்கிறது! சேற்றிலும் செகதியிலும் விழுந்து, புரண்டு முதுமையை முறித்துவிட்டார் போல! சோத்துக்காக மட்டும் உழைக்கிற உழைப்பு இல்லை இது. அது ஒரு சுகம்! ஒரு ருசி! அவருக்கு! தன் நெஞ்சில் மட்டும் ஏன் அந்தச் சுடர் இல்லை? மனம் மாதச் சம்பளத்திற்காக மண்டியிடுகிறது! படித்த படிப்பும், பழகிய நட்பும் மட்டும் இதற்குக் காரணம் அல்ல, வாழ்ந்த வாழ்வின் மீது ஒரு சலிப்பு, அப்படி என்ன வாழ்ந்துவிட்டோம்! "சன்னாசி பய மவனாடா நீ?" என்ற கேள்வியில் வழுக்கியிருக்கிறது. "எருத்தட்டி விப்பாளே பெருமாயி, அவளோட மவன்" அந்த இடத்தில் மடங்கியிருக்கிறான், இப்படிச் "சுட்டு"வது அவனைச் சுட்டு விடுகிறது!

பஸ்டாப்பில் வந்து நிற்கவும், செல்லம் டீ கடையில் இருந்து, ஒரு குரல் வந்தது. "ஒரு நிமிசம் சித்த முன்னாடி வந்திருந்தா "சாமி நாதனைப் பிடிச்சிருப்ப, இன்னும் அரைமணி தாண்டனும்; அப்புறம் பி.ஆர்.சி. அதுக்குப் பின்னாடியே பாத்திமாவும் வந்திடுவான்! "வேறு வழி?" பஸ் வரும் திசையை நோக்கி, ரோட்டோரமாக இருளை வெறித்துக் கொண்டு நிற்க வேண்டியதுதான்! கல்யாண முகூர்த்தமோ வேறு விசேஷமோ ஒன்றும் காலண்டரில் குறிக்கவில்லை. எப்படிக் குறி தப்பியது? ஐந்தரைக்கு என்றால் ஐந்தரைக்கு பஸ்டாப்பில்

வந்து நின்றுவிட வேண்டும். அப்பா படியிறங்கட்டும் என காத்திருந்தது, அதற்குப் பிற்பாடு தெருவைக் கடப்பது என்பது, நாய் குரைப்பு, உழவுமாடு ஓட்டிக் கொண்டு போகிறவர்களுக்கு ஒதுக்கி வழிவிட்டு, எதிர்படும் பால்காரர்களுக்குப் பதில்சொல்லி, மளமள வென்று தெருவில் பூத்துவிட்ட எந்தக் "கோலத்தையும்" மிதித்து விடாமல், ஒருவித ஜாக்கிரதையுடன் நடந்து வரவேண்டுமே! தூரத்தில் ஒரு சிறுஒளி தெரிந்தது. அது திரண்டு நெருங்கும் போது, லாரியாகவோ ஜீப்பாகவோ இருக்கும், காத்திருந்து காத்திருந்து இதோ வந்துவிடும் அதோ வந்துவிடும் என்கிறபோது, சில சமயம் பஸ் நிற்காமலே கடந்து போய்விடும். நெடுஞ்சாலையை ஒட்டிய கிராமம் என்ற தகுதியைத் தவிர அந்தக் கிராமத்திற்கு வேறு என்ன தகுதி? என்ற நினைப்பு! அந்த நேரங்களில் ஏமாற்றம் பொங்கும்!

பஸ் போகும் ரோட்டிற்கு எதிர்திசையில் சண்முகம்பிள்ளை டீ கடை! அதிகாலை மூன்று மணிக்கெல்லாம் "ஸ்டவ்வை" பற்ற வைத்துவிடுவார், கறந்த பால் முதன்முதலில் அங்குதான் வரும். அந்த நேரத்திலும் ஏழு எட்டுப்பேர் நின்று கொண்டுதான் இருப்பார்கள். வயல் வரப்பிற்குப் போகிறவர்கள் ஜோலி தொந்தரவுகளுக்குப் போகிறவர்கள், ஒரு ஜோலியும் தொந்தரவும் இல்லாதவர்கள் என்று எல்லோருக்கும் புகலிடம் சண்முகம் டீ கடைதான். "சுள்ளு"னு ஒருவாய் டீத் தண்ணியை வாயிலெ ஊத்தினாத்தான் அன்னைக்குப் பொழுது விடிஞ்ச மாதிரி இருக்கும்!

சண்முகம்பிள்ளை டீ கடையை ஒட்டினாற்போல்தான் "தங்கம் சவுண்ட் சர்வீஸ்." மூன்று மணிக்கு அல்லா கோயிலில் "வாங்கு" சொல்லி முடித்ததுதான் "தாமதம்" "தங்கம் சவுண்ட் சர்வீஸ்" விழித்துக்கொள்ளும். தங்கப்பன் மகன் மாரியப்பன் தூங்குவானோ, மாட்டானோ எப்படான்னு விழிப்பாவே காத்துக் கிடப்பான். கூம்பு வடிவு "குழாய் ரேடியாவை" ஒலியைச் சற்று சுருக்கி, அதிகாலை நேரம் என்பதால், மற்ற நேரம் எனில் அலற விட்டுவிடுவான். அந்தக் காலை வேளையில் "விழியில் மலர்ந்து உயிரிலே கலந்து பெண் என்னும் பொன் அழகே.. ஒன் நினைவே போதுமடி மனம் மயங்கும்" என்று குரல் ஒழுகும். "ஏலே இவன் ஒருத்தன் காலங் கார்த்தாலே.. என்னடா பாட்டுனு இதப் போடுறான்". சில பெரிசுகள் முணு முணுப்புக்காட்டும். இன்னும் சிலர் அந்தப் பாட்டு காதில் விழுந்தாலும் மனசில் இறங்காமல் தலையில், துண்டைப் போட்டுக் கொண்டும் காதைச் சேர்த்து "மப்ளரை" சுற்றிக் கொண்டும் ஏதோ யோசனையில், பேச்சு மும்முரத்தில் உட்கார்ந்து விடும்!

மாரி, மாரியப்பன் இதுகளுக்கா இந்தப் பாட்டைப் போடுகிறான்? ம்ஹூம் அவனுக்குத்தான் அது தெரியும். இப்படி பன்னிரெண்டு டஜன் பாடல்கள் அவனிடம் உண்டு. இப்படித் தேடி தேடி

ரிகார்ட்டை – இசைத்தட்டை வாங்கிக் குவித்திருக்கிறான். அந்த ரிகார்ட் தேயும் அளவுக்கு அதையே தான் திரும்பத் திரும்பப் போடுவான். அவனுக்கு அதில் ஒரு லயிப்பு, அதற்காக இப்படியா? விடிந்ததும் விடியாத காலை வேளையில்? சிலவேளை நள்ளிரவு வரைகூடப் போடுவான். எப்போது அவன் மனம் விழிக்கும் என்று சொல்லமுடியாது! கல்யாணம், காதுகுத்து, கோயில் திருவிழா, சடங்கு என்று சவுண்ட் சர்வீஸ் வெளியூருக்கு வண்டிகட்டிப் போனாலும் அங்கும் எதோ ஒரு நேரம், அவன் விழிப்படைந்து விடுவான், அவள் நீக்கமற நிறைந்திருப்பாள் போல! ஆனால் அது "அவள்" மட்டும் தானா என்பதுதான் கேள்வி, அந்தக் கேள்விதான் இப்படி, ஊரைவிட்டுக் கிளப்பிவிட்டுள்ளது!

மாரி என்ற மாரியப்பன் நெஞ்சில் அது கூடிவிட்டது! எப் படியோ கூடிவிட்டது. தேன்கூடாகத் திரண்டு சேர்ந்துவிட்டது. அது இப்போது நெஞ்சில் சொட்டிக் கொண்டே இருக்கிறது. அது இனிப்பாகவும் ஈரமிதப்பாகவும் நெஞ்சில் நிறைந்து விட்டது! அந்த நிறைவுதான். சில நேரங்களில் நெஞ்சை நெரிக்கிறது. அணுக முடி யாத, அகல முடியாத பாரமாக அது நெஞ்சை அழுத்துகிறது. அந்தப் பாரம் மூக்கையா ஆசாரி மகள் பஞ்சு என்ற பஞ்சவர்ணம்! பத்தாம் வகுப்புத் தேறியவள், அதை அவள் தொடப் பட்டபாடு, அது அவளுக்குத்தான் தெரியும்! அவளால் அதைத் தாண்டிச் செல்ல முடியவில்லை. போதும் என்ற நிறைவா, போகமுடியாது என்ற கசப்பா தெரியவில்லை! ஊரிலே தங்கிவிட்டாள். நாகலட்சுமி, பாக்கியலட்சுமி, மலர்வதி எல்லாம் கூடத் தாண்டிச் சென்று விட்டார்கள். இதுக எல்லாமே பத்தாம் வகுப்பிலே மூச்சுமுட்டி நின்றதுக. இப்போது எல்லாம் தாண்டிப் போய் விட்டதுக! பஞ்சு தேங்கிவிட்டாள்! "பாடமாகப்" படிக்கிற படிப்புத் தான் அவளிடம் சேரவில்லையே தவிர, அறிவுக்களை அவளிடம் ஜாஸ்தி! பெரிய படிப்பு படித்தவர்களிடம் தென்படாத ஒரு தெளிவு, அறிவின் சுடர் அவளிடம் தென்படும். சட்டென்று எதையும் உள்வாங்கிக் கொள் ளும் அறிவு, நன்கு தீட்டப்பட்ட அறிவு! அலட்சியப் பார்வை. உடுத்தும் விதம், நடை, எல்லாவற்றிலும் ஒரு ஒழுங்கு, எப்போதும் புத்தகமும் கையுமாகத்தான் இருப்பாள். பாடப் புத்தகங்கள்தான் அவளுக்கு ஒட்டு உறவு இல்லையே தவிர மற்றபடி அவள் வாசிக்காத புத்தகங்களே இல்லை, எது மேம்பட்டது என்று அவளால் எளிதில் கண்டடைய முடியும் !

அந்த ஊரில் பெண்கள் நூலகத்திற்குப் போகிற வழக்கமில்லை, பலருக்கு அந்த வாசனையே தெரியாது, சிலருக்கு அப்படி ஒண்ணு இருக்கான்னே தெரியாது. பஞ்சு அப்படி அல்ல, இரண்டு மூன்று சிறுவர்களை அதற்காகவே தயார்படுத்தி வைத்திருக்கிறாள். ஏழு,

எட்டுத் தலைப்புகளை ஒரு "சீட்டில்" எழுதிக் கொடுத்துவிடுவாள், அதில் ஒன்றாவது அவளுக்கு அகப்பட்டுவிடும்! எந்த நூலகர் அந்த ஊருக்கு வந்தாலும் பஞ்சு கொடுத்துவிடும் அந்தச் சீட்டின் கனம் அறிந்து, சற்று முனைப்போடு அதை, அந்தப் புத்தகத்தை தேடித்தருவார்கள். நூலகர்களுக்கு "பஞ்சு" வை "அவள்" யார் என்று அறிந்து கொள்ளும் ஆர்வம் தொற்றிக் கொள்ளும். எப்பவாவது அந்தப் பக்கம் அவள் செல்கின்ற போது, நூலகத்தில் இருப்பவர்கள் "உஷார்" காட்டினால், உடனே செய்து கொண்டிருக்கும் வேலையை, போட்டது போட்டபடி விட்டுவிட்டு வாசலுக்கு ஓடிவருவார்கள். அதற்குள் அவள் நகர்ந்து விடுவாள், முதுகு மட்டும்தான் தெரியும்! எங்கே லேசாகவாவது திரும்பமாட்டாளா என்று ஏக்கத்தோடு நிற்பார்கள், அந்த அதிர்ஷ்டம் எப்போதோ ஒரு முறைதான் வாய்க்கும்!

அரசாங்க நூலகப் புத்தகங்களில் அடிக் கோடிட அனுமதி இல்லைதான் ஆனாலும் அவள் அடிக்கோடிடுவாள். மிக மெல்லிய தாக நூலாம்படை படர்வதுபோல சில இடங்களில் "பென்சிலால்" படரவிடுவாள். அப்படி அவள் கோடிட்ட இடம் தான் அந்தப் புத்தகத்தின் உயிரோட்டமான இடமாக இருக்கும். இரு நூறுபக்கப் புத்தகத்தில், இரண்டோ மூன்றோ இடங்களில்தான் அப்படிக் கோடிடுவாள், அது போதும். அவள் கோடிட்ட இடங்களை மட்டும் படித்தால் போதும், அப்புறம் அதில் எதையும் படிக்கத் தேவை யில்லை!

சுவற்றில் ஊறும் பூச்சியைக் கவ்விப் பிடிக்கும் "பல்லி" போல "லபக்"கென்று கவ்விப்பிடித்து விடுவாள். அந்த அறிவும், அனுபவமும் அவளுக்கு எப்படிக் கூடியது என்றுதான் தெரியவில்லை. "பல்லாங்குழி" விளையாடுகிறேன். பரமபதம் விளையாடுகிறேன், என்றோ ஆகாத போகாத பேச்சுகளைப் பேசிப் பேசி பகல் பொழுதைப் பொசுக்கத் தெரியாது. மற்ற "ஜோட்டு" பெண்கள் போல "வடித்து" வைத்துவிட்டு வாசலில் வந்து உட்கார்ந்துவிட மாட்டாள். பரஞ் ஜோதி அக்கா வீட்டுத் திண்ணையிலோ, காமுத்தாய் வீட்டுத் திண் ணையிலோ உட்கார்ந்து கொண்டு, தலை வாருகிறேன், பேன் பார்க் கிறேன் என்று அவளுக்குப் பகலைப் பொசுக்கத் தெரியாது!

ஆனால் பஞ்சுவுக்கு ரேடியோவில் பாடல் கேட்பது என்றால் உசுரு, எங்காவது லேசாகச் சப்தம் கேட்டாலே காதைத் தீட்டி வைத்துக் கொள்வாள். அதுவும் சிலோன் ரேடியோவில் போடும் பாடல்களைக் கேட்கும் போது, உள்ளம் உருகிவிடும், நெஞ்சில் உள்ள கவலைகள் எல்லாம் அந்த நிமிசம் கழுவிவிட்டாற் போல் ஆகிவிடும். "நேயர் விருப்பம்" ஆகட்டும், "பொங்கும் பூம்புனல்" ஆகட்டும், அப்படியே உருகிவிடுவாள். ஆவலில் அவள் முகமே மாறிவிடும். வடுகபட்டியான் கடையில் "மர்பி" ரேடியோ உண்டு,

கடை நடுவில் ரேடியோ பெட்டியை வைத்துவிட்டு, வயர் இழுத்து இடமும் வலமும் இரண்டு குட்டி ஸ்பீக்கர் வைத்து ரேடியோவில் பாட்டுப் போடுவான். அந்த நேரம் பஞ்சு, ஜன்னலோரம் நெல்லுமூட்டை மீது ஏறி உட்கார்ந்து கொள்வாள், அந்த பாட்டு அப்படியே அவளிடம் வந்துவிடும். சில நேரம் சந்தைக்குப் போகிறேன், சரக்கு வாங்கப் போகிறேன் என்று வடுகபட்டியான் கடையை மூடிவிடுவார். சில நேரம் ரேடியோ பெட்டிக்குள் எலி புகுந்துவிடும். அப்போது எல்லாம் அவளுக்கு உயிர் போய்விடும். சில நேரம் அந்த "அக்காவை" கடையில் உட்காரவைத்துவிட்டுப் போய் விடுவான். அந்த அக்காவுக்கு, சரியாக முள்ளை நகர்த்தி, நகர்த்தி அந்த அலைவரிசையைத் தொட்டு, பாடலைப் பிடிக்கத் தெரியாது. ஒரே இரைச்சல், ரேடியோ முள்ளைப் பூப்போல நகர்த்தி, நகர்த்தி "அந்தப் பொங்கும் பூம்புனலைத்" தொடத் தெரியாது. இரைச்சல் ஜாஸ்தி ஆகவும் "டக்கென்று" ரேடியோவை நிறுத்தி விடுவாள், அப்போது ஒரே ஆத்திரமாக வரும். எதையோ இழந்து விட்டாற்போல், இனி நமக்கு அது கிட்டாதா என்று ஏக்கம் கூடிவிடும்! எதையோ இழந்துவிட்டாற்போல் வெறுமை தொற்றிக் கொண்டு, "சீக்கு" பிடித்தாற்போல் ஆகிவிடுவாள். அப்படியான ஒரு நேரத்தில்தான் மாரி, மாரிச்சாமி, ஏழு எட்டு தெருவிற்கு அப்பால் ஒரு காதுகுத்து வீட்டில் இருந்து, தங்கம் சவுண்ட் சர்வீஸ் குழாய் ரேடியோவில் அடுத்தடுத்து தொடர்ச்சியாகச் சில பாடல்களை ஒலிக்க விட்டான். அவள் உள்ளத்தைப் படித்தாற் போல், அவன் தேர்ந்தெடுத்துப் போட்ட பாடல்கள் அவளை உருக்கி எடுத்து விட்டது! அந்தப் பாடல் தந்த இதத்தில், அவள் இதயம் அந்த பாடலைத் தேர்ந்தெடுத்துப் போடுபவன் யாராக இருக்கும் என்று தேடத் தொடங்கிற்று!

"ஏலே சன்னாசி பய மவன் தான்டா நீ?"

"ஆமா பாட்டா!"

"ஜோலி தொந்தரவுனு ஒண்ணும் ஆம்படலையாடா?"

"பாத்துகிட்டு தான் இருக்கு!"

"வயசு என்னடா ஆவுது?"

"அது ஆவுது!"

"பின்ன சொல்றவன்?".

"என்னா செய்யுறது!"

"சர்க்கார் உத்தியோகமாடா தேடுறே?"

"எதுனா ஒன்னு!"

"கருத்தா இருக்க வேண்டாமாடா?"

“எழுதித்தேன் போடுறேன்”.

“சொல்லுரத சொல்லிப்புட்டேன்”

“சரி..”

“என்னடா சரிங்கிறவன்? ஓங்க ஆத்தாக்காரி எருதட்டி, எழவு காரியத்துக்கு வித்துகிட்டிருக்கா. ஓங்கப்பன் ஓலவுக்கு போறேன்னு ஆளே ஒரு வடியாப்போயிட்டான். “பொட்டுனு” விழுந்திட்டான்னா, அப்புறம் தெரியும்!”

“சரிபாட்டா, இருட்டுக்குள்ள நீ விழுந்திடாத, சூதானமா போ..”

“ஏலே நான் விழுந்தா பரவாயில்லெ, வுழுவுற வயதுதான்.. ஒன்னைய மாதிரி எளந்தாரிப்பயக தான் எழுந்திருக்க வேண்டிய.. வயசுலெ இப்படி ஒக்காந்து கிடக்கீகளே!”

“சரி. போ..”

“இந்த இருட்டுக்குள்ள, இங்க ஒனக்கு என்னடா ஜோலி?”

“சும்மா தொன தொனங்காம போ”.

“ஆசாரி மாருங்க தெருவுலெ என்னடா ஜோலி?”

“எல்லாம் ஜோலியாத்தேன்”.

“என்னமோடாப்பா, நல்லதாப் படலெ!”.

பாட்டையா, எதையோ படித்துவிட்டாற்போல் கம்பை ஊன்றிக் காலை இழுத்துக் கொண்டே நடந்தார். அவன், அவர் போகும் திசையையே பார்த்துக் கொண்டிருந்தான். உருவம் மறையும் அளவுக்கு இருள் விழுந்துவிட்டது. அப்பாவிடம் நிச்சயம் ஏதாவது சொல்வார். அவர் சொல்வதைக் கேட்டு, புரிந்து கொள்ளக் கூடியவர் இல்லை அப்பா என்றாலும் ஏதோ வயதுக் கோளாறு என்று, உதறி விட்டுப் போகிறவரும் இல்லை. அதையும் நெஞ்சுக்குள் சேர்த்து வைத்துக் கொண்டு துன்பப்படுவார். பத்து நாள் இருக்கும். இப்படித் தான் ஒருநாள், அதுவும் இதுபோல் பொழுது இறங்கிய நேரம், சாஸ்தா கோயில் வாசலில் விளக்குப் போட்டுவிட்டு, மாட்டுக்கு லாடம் அடிக்கும் கொட்டகைக்கு அருகில், வைத்து, பஞ்சவர்ணம் அவனிடம் பேசினாள்.

“எங்க மாரியை?”

“எனக்கு என்ன தெரியும்?”

“ஒன் ஜோட்டுகாரர் தானே?”

“வெளியூர்க்கு “மைக்செட்” போடப் போயிருப்பான்!”

“ஒரு வாரமாகவா?”

“யாருக்குத் தெரியும்?”

“ஒனக்குத் தெரியாமலா?”

இவன் அவள் முகத்தைப் பார்த்தான்.

“சொல்லு?.”

“ஓங்கப்பா சூரி கத்தியோட அலையுறார்ன்னாங்க!.”

“யார் சொன்னா?”

“ஊரே பேசுதே..”

“மாரி பயந்திட்டாப்புலையாக்கும்”.

“அவனுக்கு என்ன பயம்?”

“பின்ன என்ன? காங்கமுடியலெ?”

“தெரியலெ, நான் அவனோட பேசி பல நாள் ஆயிட்டது?”

“ஏன் சடவா?”

“எல்லா என்னய தான் தப்பா பேசுது, நீ என் கூட பேசுரதை சிலர் பாத்துப்பிட்டாங்க”

“பாக்கட்டும்”

“எனக்கு அந்தத் துணிச்சல் இல்லை”

“நீ என்ன தப்பு பண்ணின?”

“மாரிக்கும் ஒனக்கும் தூது மாதிரித் திரியுறது!”

“அது ஒன் பிரண்டு தானே?”

“யார் இல்லைங்கிறா?”

“பின்ன?”

“முன்ன மாதிரி இல்லை, விசயம் தெரிஞ்சு போச்சு, எல்லாம் ஒரு மாதிரிப் பாக்குதுக”.

“பாக்கட்டும்”.

“ஒன்னையும் என்னெயும் தான் இணைச்சுப் பேசுது”

“அது பொய்தானே?”

“யாருக்கு இப்ப நிஜம் வேணும்?”

“மாரி இப்ப எங்க இருக்குது, மைக் செட்டும் சரியாபோடுறது இல்லெ போல..”

“அவனைப் பார்த்தா சொல்றேன்” என்று முகத்தை வேறு பக்கம் திருப்பினான். பஞ்சு அவனைக் கலக்கத்தோடு பார்த்தாள். இருளிலும் அவள் முகம் கனிந்து, கண்களில் கண்ணீர் திரள்வது தெரிந்தது. மூக்கு நுனி பழுத்துவிட்டாற் போல் இருந்தது. கலக்கத்தில் இருந்தாள். இவனால் மேற்கொண்டு பேசமுடியவில்லை, ஏதோ வேலை இருப்பது போல விலகி நகர்ந்தான். மனதில் ஒரு துக்கம்

வந்துபடிந்தது. அதுவும் அவளை, அந்த பஞ்சுவைப் பார்க்கின்ற போதெல்லாம், அந்தத் துக்கம் பீறிடுகிறது. அவள் மனம் அழுத்த அழுத்த ஏக்கப் பெருமூச்சு விடுகின்ற போதெல்லாம், அவன் நெஞ்சில், துக்கமும் துயரமும் மண்டி விடுகிறது. ஏதோ தப்புச் செய்கிறோமோ என்ற வேதனை!

பஞ்சு, மாரிச்சாமி மீது உயிராக இருக்கிறாள், மாரிச்சாமியின் நண்பன் என்ற ஒரே ஒரு காரணத்திற்காக, இவன் மீது பிரியமாக இருக்கிறாள். அந்தப் பிரியம் கூட ஏதோ ஒரு நம்பிக்கை தான், அவள் தனிமைக்கு, உள் மனதின் நினைவுக்கு ஒரு ஆதரவு. இவனுக்குத்தான் நெருப்பில் நடப்பது போல ஓர் உணர்வு, கனியும் போதும், புகையும் போது கூட ஒன்றும் தெரியவில்லை. அந்த உயிர்கள், உறவின், புதிய உறவின் பிணைப்பில் இணைக்கின்ற இன்பம், அது உண்டாக்கும் கிளர்ச்சி, அதை நெஞ்சில் கிளறிக் கிளறி அடையும் மகிழ்ச்சி, வயல் வரப்பு, வாய்க்கால் தோப்பு, என்று நினைத்து நினைத்து, பேசிப் பேசி அடைந்த இன்பம், ஏதோ ஒரு “பொக்கிஷம்” கைக்கு வரப்போகிறது என்ற ஏக்கமும் எதிர்பார்ப்பும், எல்லா நேரங்களிலும் அதே நினைப்புதான். உள்ளத்திலும் உதட்டுச் சுழியிலும் எப்போதும் ஒரு சிரிப்பு சுழியிட்டுக் கொண்டே இருக்கும். நீர்ச்சுழி மாதிரி அது எப்போது கூடும் எப்போது நீந்தி மறையும் என்று சொல்ல முடியாது!

அப்போது கூடிய மனநிலை வேறு, இப்போது திரளும் மனநிலை வேறு, இந்த மாரிச்சாமிக்கா இந்த பஞ்சவர்ணம்! கையில் திருவோடுடன் திரிபவனுக்கா தலையில் தங்கக் கிரீடம்! இது பொறாமை தான்! நன்றாகத் தெரிகிறது.. “அதிர்ஷ்டம் அடித்து விட்டது அவனுக்கு” என்ற எண்ணம் எப்போது எழும்பியதோ அப்போதே அந்தப் பொறாமை வந்துவிட்டது! மாரிச்சாமிக்கும் பஞ்சுவுக்கும் ஏணி வைத்தாலும் எட்டாது. அவள் அழகிற்கும் அறிவுக்கும் அவன் ஆளில்லை. இதை அவனே கூட பலதடவைச் சொல்லியிருக்கிறான். பஞ்சு கறுப்புதான், ஆனால் நல்லகளை, கனிவானமுகம், பேச்சும் செயலும் கூட அப்படித்தான். மாரி அப்படி அல்ல, ஒல்லி, வெடவெடவென்று வளர்ந்து இருப்பான், தலையில் நூலாம்படை படர்ந்தாற்போல் இருக்கும், தலை வாரவே மாட்டான், பற்கள் காவி ஏறி இருக்கும், உதடு பழுத்து, பீடிப் புகை படிந்த தடம் தென்படும். பஞ்சுவின் உருவத்தின் அருகில் இந்த உருவத்தை நிறுத்திப்பார்க்கவே முடியவில்லை, ஏதோ விளையாட்டு போலத் தான் இருக்கும். அப்படித் தான் இதுவும், இந்தக் காதலும். அப்படி இதைச் சொல்ல முடியுமா என்று தெரியவில்லை, பஞ்சு மனதில் அப்படித்தான் பூத்துக் கிடக்கிறது!

பஞ்சு மனம் மாரிச்சாமியிடம் விழுந்து கிடக்கிறது! அத்தனை உத்தமமாக, உண்மையாக அவள், தன்னை அவனிடம் ஒப்படைத்து விட்டாள். மாரிச்சாமி, ஒலி பெருக்கியில் அந்த கூம்பு வடிவ ஒலி பெருக்கியில் வைக்கும் பாடல்களை, தேடித் தேடி வைக்கும் பாடல் களை அணு அணுவாக ரசிப்பாள். ஒலிக்கும் ஒவ்வொரு வரியும், இசைக்கும் ஒவ்வொரு கருவியும் தனக்காக மட்டுமே ஒலிக்கப்படுவ தாக, மீட்டப்படுவதாக உணர்வாள். அவள் மனவாகைப் படித்துக் கொண்டாற்போல், காலை, மாலை, நடுப்பகல், நள்ளிரவு மழைக் காலம், மோடப்பொழுது, சாரல் போடும் போது அவன் தேர்வு செய்து போடுகிற பாடல்கள், எல்லாப் பாடல்களையும் அவனே செய்தாற்போல், அதுவும் அவளுக்காகச் செய்தாற் போல் ஒரு சிரத்தையோடு அதைக் காற்றில் கரைத்துவிடுவான். அவனை மாரிச்சாமியை அந்த உருவத்தையும் அப்போது ஒலிக்கும் அந்தப் பாடலையும் அதற்குள் இருக்கும் அர்த்தத்தையும் ஆராய்ந்தால், இந்தச் சேற்றில் எப்படி இத்தனை அழகான செந்தாமரை என்று வழக்கம் போல எண்ணத்தான் தோன்றும். காலத்தின் பசிக்கு கனிந்த மனங்கள் இரையாகத்தான் வேண்டும். பாவம் பஞ்சு என்று இப்போது நினைக்கத் தோன்றுகிறது! பஞ்சு ஒரு திசை; மாரி ஒரு திசை. இருவரும் காற்றில் இணைந்து கலந்துவிட்டார்கள். உருகி உருகி எழுதியவன் யாரோ, இதை இசையாய் மீட்டியவன் யாரோ.. அவளுக்கு அந்த ஒலி அவன் ரூபத்தில், அதை அந்த ஒலியை ஒளி யாக உள்வாங்கி உள்ளத்தில் பூட்டிக் கொண்டாள். அதற்குப் பிற்பாடு அவள் முகத்தில் அந்த பிரகாசத்தைப் பார்க்க வேண்டுமே!

மாரிச்சாமியின் மனநிலை இப்போது வேறாக இருக்கிறது! அவளை அடைவதற்கு முன், அடைந்துவிட்டான் என்றால் உள்ளத் தால், அதுவும் அவளே, தன் உள்ளத்தை அவனிடம் ஒப்படைத்து விட்டாள். ஏதோ ஒரு மந்திரவித்தை போல அது நடந்துவிட்டது என்று தான் சொல்லவேண்டும். காதுகுத்து, சடங்கு, கல்யாணம், கேத காரியம், கோயில் திருவிழா, பள்ளிக்கூட விழா இப்படி ஒன்றும் இல்லாத வேளைகளில் காலையிலும், மாலையிலும் அதுவும் அவள் கேட்கிறாள் என்று அறிந்த பின்பு, அந்த உள்ளத்தை அடையும் தந்திரமாக அவன் கைக்கொண்ட உபாயம் அது! பஞ்சவர்ணம் இவன் தேர்வு செய்து போடும் இசைத்தட்டுப் பாடல்களை, அந்தப் பாடல்கள் ஒலிப்பதற்கு முன்னால் மெல்லிய இசையுடன் இவன் ஒரு குரல் கொடுப்பான், தேன் ஒழுகும் குரல், அப்படியே குழைந்து, இழைந்து இன்ப மூட்டும் விதமாக அவன் கொடுக்கும் வர்ணனை உரை, அதனை அவன் ஒலிக்கும் தொனியும் முடிக்கும் முடிவும், எப்பேர்ப்பட்ட ஆளையும் அசைத்துவிடும். அப்படித்தான் எங்கோ தூரத்தில், அது யார் என்று தெரியாமல், அவன் எப்படிப்பட்டவன்

என்று புரியாமல், அந்தக் குரல் ஒழுகி உள்ளத்தை நிறைத்ததை வைத்து, ஒரு ஓவியம் தீட்டி வைத்திருந்தாள். வீட்டுச் சுவரில் விழுந்த வேர் வீட்டையே விழுங்கி விடுவதுபோல, அவளை அந்த சித்திரம் விழுங்கிவிட்டது. எல்லா ஒலிபெருக்கிக்காரர்களையும்போல "மலையிலே சிறந்தது இமயமலை, கடலிலே சிறந்தது அரபிக்கடல், மலரிலே சிறந்தது மல்லிகை, ஓவியத்திலே சிறந்தது அஜந்தா, காவியத்திலே சிறந்தது தாஜ்மகால், அதுபோல ஒலி ஒளி அமைப்பிலே சிறந்தது தங்கம் சவுண்ட் சர்வீஸ்.." என்றெல்லாம் பேசாமல், அது வெறும் குரலாக இருக்காது, குளிராகத்தான் இருக்கும்!

அந்தக் குளிரில் விழுந்தவள்தான் பஞ்சு! இன்னும் அந்த நடுக்கம் குறையவில்லை. நெஞ்சுக் குடைச்சல் கூடிக் கொண்டே தான் இருக்கிறது. ஆனால் மாரி அப்படி அல்ல, மடைமாறி விட்டான். இரண்டு நாட்களுக்கு முன்பு ஒருநாள், இவனை பஸ் கண்டக்டராக இருக்கும் சாமிக்கண்ணு மடக்கினான்.

"ஏலே உன் கூட்டுக்காரன் சங்கதி தெரியுமா?"

"யார்?"

"அதான் தங்கம் சவுண்ட் சர்வீஸ்"

"மாரியா?"

"அந்தப் பாவிப் பயதான்"

"என்னவாம்?"

"ஊருக்கு ஒரு தொடுப்பு வெச்சிருப்பான் போல, கோடாங்கி பட்டியிலெ காதுகுத்து வீட்டுலெவெச்சு மடக்கிட்டாங்க..."

"நிஜமாவா?"

"விடுவாங்களா, ஏதோ போலீஸ்காரன் மகளாம் அவ"

"சும்மா எதுனா வுடாத!"

"நம்ம சம்மந்தகாரவுக அந்தூர் தான்டா. அடிக்கடி போக்கு வரத்தாவே இருந்திருக்கான்".

"அப்படியா!".

"என்ன அப்படியாங்குறவன்?

"தண்ணி வண்டியாடா அவன்?"

"எப்பவாவது?"

"மாட்டிக்கிட்டான் டாப்பா, அவே கூட எல்லாம் சவகாஜத்தை கொறைச்சுக்க..

"ம்"

"ஒங்க குடும்பம் இருக்குற இருப்புலெ ஒண்ணு கெடக்க ஒண்ணு ஆச்சுனா, தாங்கமாட்டடாப்பா.."

“அந்த அளவுக்கு எல்லாம் இருக்காது!”.

“ஏலே! ஓம்பாட்டுக்கு தெரியாம பேசாதடா அவன் சீர் இல்லாதவன், நீ நம்ம ஆளுக பையனாச்சேன்னு சொல்றேன்!”

“சரி”

“நம்ம ஊர்லெ கூட ஆசாரிமாருங்க தெருவுலெ..அரசல் புரசலா பேச்சு வருது, நீ இதுலெ மாட்டிக்காத..”

“போலீஸ்காரன் மவளாம் அவ, சும்மா விடமாட்டாங்கே, ரெண்டு நாள்லெ வருவாங்க போல, நீ எங்குட்டாவது வெளியூர் பக்கம் போயிடு!”

“நான் என்ன செஞ்சேன்?”

“ஏலே சொன்னா கேக்கணும், அவனோட கூட்டுக்காரன் யார்னு பாக்கமாட்டானா, ஓம்பாட்டுக்கு பேசாதடா..”

“சரி”

“நான் சொன்னா ஒரு அர்த்தம் இருக்கும், எங்கிட்டாவது வேலை வெட்டி தேடிப் போறாப்புலெ ஓடிப்போயிடு, ஒண்ணு கிடக்க ஒண்ணு ஆயிடுச்சுனா அப்புறம் எந்திரிக்கவே முடியாது..”

அவன் கலங்கிவிட்டான், உயிர்பயம் அல்ல இது, ஒரு உயிரை பலி வாங்கிவிட்டானே என்ற கலக்கம். பஞ்சுவின் முகம் நிழலாடிற்று, இது உண்மையா பொய்யா என்று ஆராயத் தேவை இல்லை. மாரி கொஞ்சம் இப்படியும் அப்படியுமான ஆள்தான். அதை அவனே சொல்லியிருக்கிறான். ஒவ்வொரு ஊருக்குப் போய் வரும் போதும் ஒரு கதையைச் சொல்வான். அது எல்லாம் கதையாகக் கரைந்து விடும். ஆனால் பஞ்சு விசயம் அப்படிஅல்ல, அப்படித்தான் இதோ இப்போது வரை அவன் நினைத்துக் கொண்டிருக்கிறான். மனக் கலக்கம் கூடிக் கொண்டே இருக்கிறது. இரவு அவன் தூங்கவே இல்லை, விடியும்வரை தூக்கமின்றி, அந்த துயரத்தைச் சுமந்து கொண்டு இருந்தான். அவன் மனம் எப்படா விடியும் என்று ஏங்கிக் கொண்டிருந்தது!

‘குமுதம் தீராநதி’ – ஏப்ரல் 2019

❑

மழையில் நனையும் குடைகள்

மருதவாத்தியார் வீதியைப் பார்த்து உட்கார்ந்து விட்டார். மழை சற்று ஓய்ந்து இருந்தது. தெருவெங்கும் செங்கமங்கலாக புது வெள்ளம், சகதியும் செத்தையும் கூளமுமாகப் புரண்டு கொண்டிருந்தது. எங்கோ ஓடையிலோ, காட்டு வாய்க்காலிலோ உடைப்பு எடுத்துக்கொண்டு ஊருக்குள் புகுந்துவிட்டது. அப்படியே நுரைத்து நுரைத்துப் பொங்கிப் பிரவாகம் எடுத்துக் கொண்டிருந்தது. அரச இலை, முருங்கை இலை என்று கொப்பும் குலையுமாக தெருவே வேறொரு கோலத்தில் கிடந்தது. ஆனாலும் அந்தக் கோலத்தைப் பார்க்க மனதுக்கு இதமாகத்தான் இருந்தது. அது மனதில் உருவாக்கும் சித்திரம் அலாதியானது.

மழை எப்போதும் எல்லோருக்கும், ஒரு கிளர்ச்சியை உண்டு பண்ணிவிடுகிறது. மழை வரும்போது, மழை மட்டுமா வருகிறது, கூடவே என்னென்னவோவும் வருகிறது. குபுகுபுவென்று மனசு, உடல் எல்லாம் நிறையும் ஈரவாடையும், ஈர்க்கும் மண் வாசமும், இலை தழைகளின் பச்சை வாசமும், எதைத் தொட்டாலும் எதைப் பார்த்தாலும் ஈரமிதப்பாகவே நிறையும். நெல்லில் இருந்து கிளம்பும் நெடியும், ஈரமான கூளம் கிளப்பும் வாசமும், திடீர் திடீரென்று முளைவிடும் பச்சையும், நனைந்த விறகின் புகை நொடியும், வீடு முழுக்கப் பாத்திரப்பண்டங்களில் நிறைந்து ததும்பும் மழைத் தண்ணீரும், இதோ இப்படி ஒடப்பு எடுத்துக் கொண்டு ஓடும் நீரும். இதுக, இந்த மனுஷர்களை என்னென்னவோ பண்ணிவிடுகிறது.!

இப்படி இதைப் பார்த்துக் கொண்டிருந்தால் போதும். ஒண்ணும் பண்ணாமல் இப்படி உட்கார்ந்து விட்டால் போதும். மருத வாத்தியாருக்கு பார்வைதான் வீதியில், மனசு எங்கோ போய் விடுகிறது. சில நேரம் முடங்கிப் போய்விடுகிறது. எதையோ இழந்து விட்டாற்போல், சில சமயம் எல்லாமே இழந்துவிட்டாற்போல ஒரு வெறுமை. வீட்டில் எல்லாம் இருக்கிறது. வீடு நிறைந்து தான் கிடக்கிறது. ஆனாலும் நெஞ்சில் அந்த வெறுமை நிழலாடி விடுகிறது.

மழை சற்று அடங்கியதும் தெருவே விழித்துக் கொண்டது. கூச்சலும் கும்மாளமுமாகக் கூடிவிட்டது. சிறுசுகள் தான் என் றில்லை, ஆண்களும் பெண்களும், வயோதியர்கள் என்று, தலைக்குத் தலை பேசிக் கொண்டு, இல்லை ஏதோ சொல்லிக் கொண்டு மழை யையும் மழையைப் பற்றிய நினைவுகளையும் கிளறிக் கொண்டும், அந்தத் தெருவிற்கே ஒரு களை வந்துவிட்டது. திருவிழாக்களை. சிலர் கம்பு, கடப்பாறை, மண்வெட்டி என்று தூக்கிக் கொண்டு ஆரவாரம் பண்ணிக் கொண்டு, இங்குமங்கும் ஓடிக்கொண்டும் இத்தனைக் கூச்சலுக்கு நடுவே தவளைகளின் கூச்சலும் துண்டாகக் கேட்கிறது. அந்தக் குரலுக்கு, அதுவும் இந்த மழைக் காற்றோடும் ஈரமிதப்போடும் கேட்கிறபோது தனியான வசீகரம் கூடிவிடுகிறது. சிறுசுகளுக்குத் தான் தவளை தரும் உற்சாகம் இருக்கிறதே, அது தனிதான். தென்னை ஈர்க்குகளில் கருக்கு மாட்டிக் கொண்டு, தவளையின் தலைதேடி தெருத் தெருவாய் திரியும் வாண்டுகளின் குதூகலமும் கூச்சலும், மருதவாத்தியாரும் ஒரு காலத்தில், ஒரு காலம் என்ன, ஏழு எட்டு வருடங்களுக்கு முன்னால் வரை, ஒரு மூங்கில் கழியைத் தூக்கிக் கொண்டு அது கூட இன்னமும் வீட்டில் நிற்கிறது. சுவரோரமாக எதையோ சொல்லிக் கொண்டு இருக்கிறது. மழை சற்று ஓய்ந்தது தான் தாமதம். அதை எடுத்துக் கொண்டு, தெருவின் இந்தக் கோடிக்கும் அந்தக் கோடிக்கும் ஓடிக் கொண்டு தான் இருப்பார், சாக்கடை அடைப்பைக் குத்திடுவதற்கும், மரக்கிளை முறிவை ஒதுக்கிவிடுவதற்கும், தெருவெங்கும் சிதறிக்கிடக்கும் ஓலைக் கொட்டான், பழைய கோணி, துணிகள், பவுடர் டப்பா, மருந்து சீசா இன்னும் என்னென்னவோ. இத்தனையும் இந்த மழைக்கு எப்படித்தான் கிடைக்குமோ, அத்தனையும் அந்த மூங்கில் கழியால் தள்ளித் தள்ளித் தெரு முக்கில் கொண்டு போய் சேர்த்து, ஒதுக்கி விட்டு வருவார்.

வாத்தியாரை எப்போதும் வெள்ளையாகத் தான் பார்க்க முடியும், அது பகலானாலும் சரி, இரவானாலும் சரி வெள்ளை தான்! எட்டு முழ வேஷ்டியும் முழுக்கை வைத்த சட்டையும், அதை ஒரு தினுசாக மடக்கி விட்டிருப்பார். வாத்தியாருக்குத் தான் இப்படி ஒரு வெள்ளை வாய்க்கிறது. வெள்ளை வடிந்து செங்காவி புகாமல், நீலம் தூக்காமல் எப்போதும் தும்பை வெள்ளையாகவே உடுத்த அவருக்குத் தான் முடிகிறது, இப்படி எப்பவாவது, அதுவும் மழை நாளில் தான் கைலி வேஷ்டியோடு காணமுடியும். அதுவும் வெள்ளைப் பனியனும் டப்பா கட்டு கட்டிய வேஷ்டியுமாகத் தான்.

செல்லமுத்துவும் முத்தழகும் வாண்டுப் பயல்களாக இருந்தவரை அவர் கூடவே ஓடுவார்கள். மழையில் நனைவது என்றால் உயிர், வாத்தியார் சம்சாரம் கூட கத்தும், மழையிலே நனையாதீகடா,

“அப்புறம் ஒண்ணு கெடக்க ஒண்ணு ஆச்சுனா?” ‘அதெல்லாம் ஒண்ணுமாகாது’ என்று வாத்தியாரே அமட்டி விட்டு வாண்டுகளை நனையவிடுவார். “எங்க மழையைக் கண்டாலும், நனைய முடிஞ்சா நனைஞ்சு போடனும்டா, நாம நனையுறதுக்கும் பூமி குளிரதுக்கும் தானே மழை பேய்யுது” ம்பார். அவருடைய பிள்ளைகளுக்கும் எங்கே மழையைப் பார்த்தாலும் அப்பா நினைப்பு வந்துவிடும். மழையில் நனைய முடிகிறதோ என்னவோ.. ஈரம் சொட்டச் சொட்ட அவரின் நினைவில் அப்படியே நனைந்து நிற்பார்கள்.

இந்த மழைக்கு அவர் ஒதுங்கிவிட்டார். ஒதுங்கிவிட்டார் என்றால் மனதளவில், இதோ இந்த மழையையே பார்த்துக் கொண்டு தான் இருக்கிறார். பார்வை மட்டும்தான், மனசு பழுதாகிவிட்டது. அவர் தன்னுடைய பால்யத்தில் இருந்தே இதே தெருவில் தான் புழங்குகிறார். இந்தத் தெரு அவருக்கு அத்தனை நெருக்கம். மருத வாத்தியார் என்றால் எதோ மருதையில் இருந்து வந்தவரில்லை. அவர் பெயர் மருதமுத்து, மருது என்று அழைக்கப்பட்டவர், வாத்தி யார் உத்தியோகம் வாய்த்ததும் மருதவாத்தியாராகி விட்டார்.

பள்ளிக்கூடத்தை ஒட்டி, கிழக்கு முகமாகத் திரும்பும் தெருதான் இது, தெரு தொடக்கத்திலே மருதவாத்தியார் வீடு. அவர் தகப்பனார் முத்துமணி இருந்தபோது இருந்த வீடுதான் இது. ஆனால் இப்போது அதன் முகமே மாறிவிட்டது.! முதலில் ஒரு மரம்தான். இப்போது இருக்கிறதே வாகை, அடர்ந்து படர்ந்த வாகை, அதுமட்டும் தான் அப்போது, அப்போது கூட இந்த வனப்பு இல்லை.

மருதவாத்தியார் தலையெடுத்த பிற்பாடு தான் அதற்கு இந்த வனப்பு! மருதவாத்தியாரின் மூத்த மகன் செல்லமுத்துக் கரை யேறவும், வெறும் மண் சுவரும் சீமை ஓடுமாக நின்றிருந்த பணியாரக் கார அப்பத்தா வீடும் கூடச் சேர்ந்து கொண்டது. செல்லமுத்து கல்யாணப் பேச்செடுத்தபோது இடதுபக்கம் இருந்த பெருமாள் ஆசாரி வீடும் சேர்ந்து நீள அகலமாய், வாகையைச் சுற்றிலும் அரி நெல்லியும் பப்பாளியும், செம்பருத்தியும் கூடவே இரண்டு குட்டித் தென்னையும் கூடிவிட்டது. பிற்பாடு இளையவன் முத்தழகு தலை யெடுத்துத் திரளவும் மாடியிலும் ஒரு வீடு எடுக்கும் படியாக ஆயிற்று. அந்த தெருவிலே, வாத்தியார் வீடுதான் மச்சு வீடு. அதுமட்டுமல்ல எப்போதும் எதாவது ஒரு பூ பூத்துக்கிடக்கும். அபூர்வமாக மாலை மயங்கும் நேரம் சில பூக்கள் மலரும். அந்தத் தெருவே அந்த வாசத்தில் திளைக்கும்.

மருதவாத்தியாருக்குத்தான் எப்போதும் சந்தோஷமாக இருக்கத் தெரியும் போல, இல்லை எல்லாவற்றையும் சந்தோஷமாக்கிக் கொள்ளத் தெரியும் போல. காலையில் பள்ளிக்கூடத்திற்குச்

சந்தோஷமாகவே செல்வார். திரும்பும் போதும் அதே சந்தோஷம், மாலையில் கடைவீதிப் பக்கம் ஒரு நடைபோய் வருவார். அது கூட ஒரு காரியமாய் போய்வருகிற நடையில்லை. நடக்க வேண்டுமே என்ற நடை. அதனாலே அந்த நடைக்கு அலாதியான அர்த்தம் கூடிவிடுகிறது. சினேகிதர்கள் கூட்டம் என்று பெரிதாக எதுவுமில்லை என்றாலும் அவருக்கென்று, அவரோடு நட்பு கொள்ள என்று சிலர் இருக்கத்தான் செய்தார்கள்.

அவரின் பெரும்பொழுது, அவருடைய பிள்ளைகளோடு தான் கழியும். குழந்தைகளும் குடும்பமும் தான் அவருக்கான உலகம்; அந்த உலகத்திலே உலாவுவார். அதற்காக அவர் தன்னுடைய உலகத்தைத் துண்டித்துக் கொண்டார் என்று அர்த்தமில்லை. இது தான் அவர் செய்யும் உணர்வுப்பூர்வமான செயல். அதிலேதான் ஊக்கமடைந்தார். மூத்தவன் செல்லமுத்துவை டாக்டராக்கிவிட வேண்டும். இளையவன் முத்தழகுவை இஞ்சினியர் ஆக்கிவிட வேண்டும். இதுதான் அவருக்கு! இதே மூச்சாக இருந்தார். சில சமயம் இதற்காகவே தான் பிறப்பெடுத்து வந்திருப்பது போலவே நடந்து கொள்வார். அவரின் செயல்கள் அப்படித்தான் இருக்கும். வீட்டின் நடைவாசலில் உட்கார வைத்துத்தான் பாடம் சொல்லிக் கொடுப்பார். பகல், இரவு என்று எப்போதும் புத்தகமும் கையுமாகத் தான் இருப்பார்கள். அப்படி ஒரு கண்டிப்பு இல்லை; கனிவு. அப்படியே கனிய வைத்துவிட்டார்.

வாத்தியாரிடம் ஒரு சைக்கிள் இருந்தது. அதை எப்போதும் ஜோடனைப் பண்ணிச் சுத்தமாகவே வைத்திருப்பார். பால்காரன், பால் பாண்டி சைக்கிள் மாதிரி இல்லை. விறகுக் கடை வேலு சைக்கிள் மாதிரியும் இல்லை. ராசு வாத்தியார் சைக்கிள் மாதிரிக் கூட இல்லை. இது வேறு மாதிரி. ஒரு மாதிரி ஒப்பனையோடும் ஒழுங்கோடும், பிள்ளைகளிடம் காட்டுகிற அதே பிரியத்தை இந்த சைக்கிளிடமும் காட்டினார், அதை அவர் தன்னுடைய உடமை யாகக் கருதவில்லை. உயிராகவே பாவித்து, உணர்வுப் பூர்வமாக இருந்தார். இதற்கெல்லாம் அவருடைய பிள்ளைகள்தான் காரணம். செல்லமுத்துவுக்கும் முத்தழகுவிற்கும் இந்தச் சைக்கிள் என்றால் உயிர். இந்தச் சைக்கிள் சவாரி என்பது அலாதிப் பிரியம்.

முத்தழகுவை முன் சீட்டிலும், செல்லமுத்துவைப் பின் சீட்டிலும் உட்காரவைத்துக் கொண்டு, வெள்ளை வேஷ்டி நுனி படபடக்க அவர் சைக்கிள் மிதிப்பதே ஒரு காட்சிதான். அலாதியான காட்சி! ஜோலி தொந்தரவுக்கு என்றில்லை. குளிக்க ஆற்றுக்கு கூப்பிட்டு போவது என்றில்லை. எப்பவாவது சினிமாவுக்குப் போவது என் றில்லை. வெள்ளி செவ்வாய்க்கு செல்லாயி அம்மன் கோயிலுக்கு

கூப்பிட்டுப் போவது என்றில்லை. எப்போதும், அதுவும் மனசில் சந்தோசம் கூடிவிட்டால் இருவரையும் ஏற்றிக் கொண்டு ஊரை 'ஒரு சண்டிங்' அடிப்பார். பிற்காலத்தில் செல்லமுத்துவும் முத்தழகும் ஊடுகால் போட்டு குரங்குப் பெடல் சைக்கிள் விடும் போதும், ஹேண்டில் பாரில் இருந்து ஒத்தக்கை விட்டும், ரெண்டு கைகளையும் விட்டு சாகசம் செய்யும் போதும் அதே மனநிலையில், குதூகலம் கொண்டார்.

அவருடைய விடுமுறைப் பொழுது அலாதியானது. ஒரு பொதி அழுக்குத் துணி, ஒரு தூக்கு வாளி நிறைய சாப்பாடு, கொஞ்சம் தின்பண்டங்கள் என்று காலையிலேயே ஆற்றுக்கு கிளம்பி விடுவார். அவர் சம்சாரம் அழுக்குப் பொதியோடு நடக்க, பிள்ளைகளை சைக்கிளில் ஏற்றிக் கொண்டு, சைக்கிளை உருட்டிக் கொண்டே போவார். ஆற்றங்கரையில் உள்ள செட்டியார் தோப்பில், ஒரு பழைய போர்வையை விரித்துவிட்டு முத்தழகுவையும், செல்லமுத்துவையும் உட்கார்ந்து படிக்கச் சொல்லுவார். வாத்தியார் சம்சாரம் துணி களைச் சோப்புப் போட்டுத் தர தர, வாத்தியார் கும்மித் துவைத்து, உலரப் போடுவார். குனிந்து துவைத்துக் கொண்டிருக்கும் போதே, அடிக்கடி பார்வை அவர்களைத் தொட்டுத் தொட்டுத் திரும்பிக் கொண்டிருக்கும், சில சமயம் ஒரு நடைபோய் எட்டிப் பார்த்து விட்டு வருவார். படிக்காமல் எறும்புகளோடோ, பசும் புல்லு களோடோ விளையாடிக் கொண்டிருந்தால், சத்தம் காட்டிவிட்டு வருவார்.

வெயில் உச்சிக்கு வந்துவிட்டால், இரண்டு பேருக்கும் காய்ச்சிய நல்லெண்ணையை உடம்பெல்லாம் தேய்த்து, முதுகு, காதுமடல், கழுத்து, தொடை, இடுப்பு என்று இழுத்துவிடுவார். தலைமுடியை விரலால் கோதிவிடுவார். பின் மண்டையில் பொடேர் பொடேர் என்று சில தட்டு தட்டி சற்று ஊறவிட்டு, அப்புறம் தான் ஆற்றுக்குள் இறக்குவார். ஒரு 'முங்கோ' ரெண்டு 'முங்கோ' தான். அதன் பிறகு காலை அகட்டி ஒரு கல்லில் உட்கார்ந்து கொண்டு, பசங்களையும் வாகாக உட்காரவைத்துக் கொண்டு, 'அரப்பு' போட்டுத் தலைக்குத் தேய்த்துக் குளிப்பாட்டி விடுவார். இதை அவர் செய்கிற அழகு இருக்கிறதே, பிரியம் இருக்கிறதே, வார்த்தைகளை எல்லாம் மீறியது. அவ்வளவு பிரியமாகச் செய்வார். அதே பிரியத்தோடும் குதூகலத் தோடும் பிள்ளைகளும் வாத்தியாருக்கு முதுகு தேய்த்துவிட்டு, குளிப் பாட்டும் காட்சி, எல்லோருக்கும் வியப்பாகத்தான் இருக்கும். குளிப்பதை ஒரு காரியமாகச் செய்யாமல் ஒரு கலையாகச் செய்கிற வித்தை மருதவாத்தியாருக்குத் தான் உண்டு!

குளியல் முடிந்ததும் ஈரம் சொட்டச் சொட்ட நிற்கும் வாண்டு களைத் துவட்டி, வெயிலில் காயவைப்பார். குளித்து முடித்து கண்

சிவக்கக் கரையேறியவுடனே பசி வயிற்றைப் பிடுங்கும். செட்டியார் தென்னந்தோப்பில் ஓலைப் பாய் போட்டு, பசிக்கப் பசிக்கச் சாப்பிடும் பொழுது தான் ஆசிர்வதிக்கப்பட்ட பொழுது. வீடு திரும்ப பொழுது இறங்கி விடும். துவைத்த துணிமணிகளை எடுத்து, மடித்து கொண்டு திரும்பி வருவார்கள். கூடவே வண்ணார்கள் துணி வெளுத்து, கழுதை மீது பொதி ஏற்றி திரும்புகிற நேரம் அது. "ஆச்சியவுகளே இப்படி வெளுத்து கொண்டு போனா எங்க பொழப்பு என்னாவுறது?" என்று வண்ணாத்தி சிரித்துக் கொண்டே கேட்கிறபோது, வாத்தியார் சம்சாரத்திற்கு வெட்கமாகி விடும். "ஒன்கிட்ட போட்டுவிட்டு நீ எப்ப கொடுப்பீயோன்று தொண்ணாந்துகிட்டா கெடக்கவா முடியும்?" என்று சமாளிப்பாள்.

செல்லமுத்து பத்தாம் வகுப்பு வந்ததும் வாத்தியாருக்கு வெளி நடமாட்டம் சுத்தமாகக் குறைந்துவிட்டது. "கவர்மெண்ட் எக்ஸாம்" எழுதவைக்க வேண்டும். படிப்பில் ஒரு நூல் குறைந்தால் கூட எல்லாம் குலைந்துவிடும் என்று தன்னுடைய தூக்கத்தை எல்லாம் தொலைத்தார். "நம்மைப் போன்ற அப்பிராணிகளுக்கு, அந்த நூல் தான் பிடிமானம்." வாத்தியார் அப்போதும் அந்த திரியைத் தான் தூண்டிக் கொண்டே இருப்பார். அடி கருகி கரும்புகை எழும்ப விடாமல், அந்த ஜோதியைப் பிரகாசிக்கச் செய்து கொண்டே இருந்தார். விருந்து என்று வெளியே போவதோ வருவதோ கூட இல்லை. நல்லது கெட்டதுக்கு கூட யோசனை பண்ணித்தான் போவார். அப்படியே போனாலும், போனமா வந்தமா என்று தான் இருப்பார். விளக்கு வைக்க வீட்டில் இருப்பார், அது வீண் போக வில்லை. 500க்கு 470 மார்க், ஊரே வாத்தியாரைக் கொண்டாடியது;

+2 வுக்கு உள்ளூர் படிப்பு உதவாது என்று தேனி நாடார் ஸ்கூலுக்கு அனுப்பினார். ஏதோ ஒரு ஆவலில் அப்படி அனுப்பி விட்டாரே தவிர, அவர் அனுபவித்த உபத்திரத்திற்கு அளவேது? படித்தானா, படித்ததை எழுதிப் பார்த்தானா? நேர நேரத்துக்குச் சாப்பிட்டானா? தூங்கினானா? காலையில் வெள்ளனா எழுந் தானா? ஹாஸ்டல் சாப்பாடு எப்படியோ? கூட படிக்கிற பசங்க சகவாசம்? சொறி சிரங்கு, கொசுக்கடி, மூட்டைப் பூச்சி என்று பழுதுபடாமல் இருக்கனுமே. இப்படி எதாவது ஒன்று அவர் மனசில் உக்கார்ந்து அவரைக் கொத்திக் கொண்டிருக்கும். ஆனால் எதையும் வெளிக்காட்ட மாட்டார். எப்படா ஞாயிற்றுக்கிழமை வரும் என்று காலண்டரிலே அவர் பார்வை ஊர்ந்து கொண்டிருக்கும். ஒவ்வொரு ஞாயிற்றுக்கிழமையும் எதாவது "வாங்கிக் கொடுத்து விட்டு" பார்த்து விட்டு வருவார். திரும்பும் போது அவர் மனசு கனத்து, எதையோ சுமக்க முடியாததைச் சுமந்து கொண்டுதான் திரும்புவார். பஸ்டாப் கூட வந்திருக்க மாட்டார், ஞாயிற்றுக்கிழமை ஏக்கம் தொற்றிக் கொள்ளும்.

அப்போது மருதவாத்தியார் பட்ட சந்தோஷத்திற்கும், மிதப்பிற்கும் அளவேது? அப்படியே இடது கையால் நெஞ்சைப் பிடித்துக் கொண்டு, முருகா... முருகா... என்று உளறினார். எங்கோ கடை வீதியில் இருந்தவர் விறு விறுவென்று வீட்டுக்கு ஓட்டமும் நடையுமாக வந்து, அயர்ந்து தூங்கிக் கிடந்த, சம்சாரத்தை உலுக்கி எழுப்பி குரல் கரகரக்கச் சொன்னார் 'எழுந்திருடியம்மா நமக்கு விடிஞ்சுருச்சு! அந்தம்மா மலங்க மலங்க விழித்தாள். "செல்ல முத்துவுக்கு திருச்சி ஆர்.இ.சியிலே பி.இ, அட்மிஷன் கிடைச்சிட்டது" அதுவும் அவன் கேட்ட 'ட்ரிபிள் இ'யே கிடைச்சிடுச்சு!

மருதவாத்தியார் சம்சாரத்திற்கு மகனுக்கு ஏதோ கிடைத்து விட்டது என்பதை எல்லாம் விட, அவர் படும் சந்தோஷமும் குதூகலமும் தான் பெரிசாகப்பட்டது. அவள் அவரை இப்படிக் கண்டதே இல்லை. இதே போல் தான் அடுத்தடுத்தக் காட்சிகளும். நெஞ்சை விட்டு அகலாதக் காட்சிகள். செல்லமுத்து 'ஆர்.இ.சி', யில் இருந்து இன்போஸிஸுக்கு ப்ளேஸ்மெண்ட் ஆகிவிட்டான்' என்ற செய்தி வந்தபோதும் இப்படித்தான், மூத்தவன் உண்டாக்கிய கனலிலியே முத்தழகும் முந்திக் கொண்டான். ஒவ்வொன்றையும் அண்ணனிடம் கேட்டு கேட்டு, தனக்கான இடத்தைத் தேடிப் பிடித்துக் கொண்டான். சென்னை அண்ணா யுனிவர்ஸிடியில் இடம் பிடித்து, காக்னிசன்டில் பிளேஸ்மெண்ட், அடுத்தடுத்து, அவரவர் இறகுகளிலே பறக்கத் தொடங்கினார்கள். தொட வேண்டிய தூரங்களைக் கடந்து, அவரவருக்கான கிளைகளைத் தொட்டார்கள். அவர்கள் தொட்டதெல்லாம் பூத்துக் குலுங்கிற்று. கொத்தியதெல்லாம் பழமாயிற்று. ஆசிர்வதிக்கப்பட்ட வாழ்வு.

எதற்காகவும் எங்கேயும் நிற்கவில்லை. அது வேலையாக இருக்கட்டும், கல்யாணமாகட்டும் எல்லாமே சிறந்ததாய் உயர்ந்ததாய் அமைந்துவிட்டது. நல்ல இடத்தில் இருவருக்கும் பெண்கள் வாய்த்து விட்டனர். இருவருமே தத்தமது கணவன் மார்களைப் போல இஞ்சினியரிங் படிப்பும் உயர்ந்த ஊதியத்தில் உத்தியோகமும், அதன் பொருட்டு உருவான முகக்களையும், ஒருவிதமான வசீகரமும் நளினமும் நாகரீகமும் எல்லாம் கன கச்சிதமாக இருந்தன. எல்லாவற்றிற்கும் ஒரு 'அமைப்பு' வேண்டும் என்பார்களே 'அந்த அமைப்பு' அப்படியே அமைந்துவிட்டது. இதை எல்லாம் அதிர்ஷ்டம் என்று சொல்வதை விட ஒரு அனுபவம் என்று தான் சொல்லவேண்டும். சில நேரங்களில் சினிமாக் கதைகளைவிட நிஜம் நம்ப முடியாதபடி இருக்கும், அனுபவம் என்பதே அப்படி அலாதியானது தானே.

மருதவாத்தியார் வீடே அலாதியாகிவிட்டது. விதவிதமான வெளியூர் உறவுகளால், உள்ளூர் மனிதர்களால் அந்த வீட்டிற்கு எப்போதும் இல்லாத ஒரு புதுக்களை புகுந்து கொண்டது. கல்யாண

வீட்டுக்களை, ஒரு நாள் இரண்டுநாள் என்றில்லை. எல்லா நாளுமே அந்தக் களை மங்காமல் தங்கிவிட்டது. மனிதர்கள் வந்துபோவதும், அந்த சின்ன தெருவுக்குள் 'கார்' வந்து திரும்புவதும், ஏதோ குளம் நிறைந்து, எல்லாம் பச்சையாகி பூத்து விட்டாற் போல பறவைகளின் இரைச்சலும், இதமும், ஏற்பட்டு விட்டாற் போலவே இருந்தது. மணிக்கணக்கில் நாட்கணக்கில் நிற்கும் கார்கள், எப்போதும் சிரித்துக் கொண்டே, தன் இளம் மனைவிகளுடன் தெருவைக் கடக்கும் மருதவாத்தியாரின் மகன்கள், இதைப் பார்க்கின்ற கண்களுக்கெல் லாம் இறகு முளைத்துவிடுகின்றன.

வாத்தியாரும் கூட இதே சந்தோஷத்தில் ரிடையர் ஆகி விட்டார். அந்தக் கவலை கூட இல்லை. 'அதற்கு' என்ன செய்வது..? 'இதற்கு' என்ன செய்வது என்ற ஏக்கமில்லை. எது வேண்டுமோ அது கிடைத்துவிடுகிறது. சில சமயங்களில் வேண்டாததும் வீட்டில் வந்து கூடிவிடுகிறது. சைக்கிள் மிதிக்க வேண்டாம் என்று 'கெனிடிக் ஹோண்டா', துணிதுவைக்க ஆற்றுக்கு அலைய வேண்டாம், வாஷிங்மெஷின்! ப்ரிட்ஜ், மைக்ரோ ஓவன், அயர்ன் பாக்ஸ், வீட்டுக்கு ஏஸி, பாத்திரம் கழுவ டிஷ்வாஷ் மெஷின், எல்.இ.டி டிவி இதெல்லாம் போதாது என்று ஒரு கம்ப்யூட்டர், வெப் கேமரா இதுக எல்லாம் வீட்டை நிறைக்கலாம், மனசை?

பெரியவன் சென்னையில் இருக்கும் போது அடிக்கடி வந்து போவான். இப்போது அமெரிக்காவில் இருக்கிறான். ஆண்டுக்கு ஒருமுறை என்றிருந்து இப்போது இரண்டு வருசத்துக்கு ஒரு முறை என்றாகிவிட்டது. அதுவும், நிச்சயமில்லாமல், அப்படியே வந்தாலும் ஒரு நாளோ இரண்டு நாளோ! அவன் வீட்டுக்காரி வீட்டில் எத்தனை நாள் தங்குகிறானோ? அது டவுன், இது பட்டிக்காடு.

இளையவனும் பெங்களூரில் இருந்து ஆஸ்திரேலியா போய் விட்டான். ஃபோனில் தான் 'நல்லா இருக்கீங்களாப்பா?' "அம்மா எப்படி இருக்காங்க..?" எதையும் நினைக்காம சந்தோசமா இருங்க. பணத்தைப்பத்திக் கவலைப்படாம வேண்டுகிறபடி செலவு செய்யுங்க... அழுகுரலை அடக்கி, "நல்லா இருக்கோம்பா" என்று தான் சொல்ல முடிகிறது.

ஏதாவது தீபாவளி, பொங்கல் என்று வருவார்களா என்று ஏங்கி, எப்ப வருவார்களோ என்று அந்த ஏக்கம் நீண்டு வருகிறது. கேக்கவும் தயக்கம், அவரவர் ஜோலி தொந்தரவு அப்படி? இப்போ தெல்லாம் ஒரு போனுக்காக ஏங்கி ஏங்கி இப்ப, அப்ப என்று காத்துக் காத்துக் கொண்டு, எதிர்பாராத தருணம் அது ஒலித்தவுடன் உடம்பு படுகிற பாடு இருக்கிறதே.. இப்ப அங்க என்ன நேரமாக இருக்கும்? ஆபீஸில் இருப்பானோ, வீட்டுக்குத் திரும்பிக் கொண்டு

இருப்பானோ, ஒவ்வொரு நாளும் டி.வி பார்க்கும் போதும், பேப்பரைப் பிரிக்கும் போதும் எழும்பும் வெடிச் சத்தமும், புகையும், கல்லெறியும், கடவுளே என்று கண்ணை மூடிக் கொண்டாலும் மனச் சத்தம் ஓயாது. என்னவோ எதுவோ என்று அடுத்த போன் வரும்வரை பெத்த மனசு நெருப்பில் நிற்கும் படியாகவே இருக்கும். இதை எல்லாம் வெளியே சொல்லவா முடியும்? உள்ளுக்குள்ளே பேசிப் பேசி புழுங்கிக் கொள்ள வேண்டியது தான்!

ஒரு போனுக்காக ஏங்குகிற ஏக்கம் இருக்கிறதே, காய்ச்சல் காரன் ரொட்டியையே தின்றுதின்று ஒரு வாய் சோற்றுக்கு ஏங்குகிற ஏக்கமாக இருக்கும்! வீட்டில் இத்தனை பொருட்களுக்கு இடையே ஒரு பொருளாய் கிடக்கத்தான் முடிகிறது. ஏதோ போகிறோம் வருகிறோம் என்று இருக்கிறதே தவிர உயிராய் எதுவும் கூடவில்லை. உள்ளே ஒரு கனம் அழுத்தக் கையை வீசி நடக்கவோ, மனதார அதைக் கடக்கவோ முடியவில்லை.

இருவரும் ஒருவரை ஒருவர் பார்த்துக் கொண்டு, பழையதைத் திரும்பத் திரும்பப் பேசிக் கொண்டு, இப்படியா, அப்படியா என்று குருட்டு யோசனை செய்து கொண்டு, ஏக்கத்தில் பெருமூச்சும், ஒருவித சலிப்பில் கொட்டாவியும் விட்டுக் கொண்டு, இந்தத் தெருவையே எத்தனை தடவை பார்த்துக் கொண்டிருக்க முடியும்?

வாத்தியார் சம்சாரத்திற்கு உடம்புக்கும் சுகமில்லை. சர்க்கரை வியாதி; போதாது என்று ‘யூட்ரஸை’ வேறு எடுக்கும் படியாக ஆகிவிட்டது. அடிக்கடி படுத்துக் கொள்கிறாள். முதுகு வலியோ, கால்வீக்கமோ அவளை அடிக்கடி கவலையில் வீழ்த்தி விடுகிறது. பட்டுனு எந்திரிக்க முடியலை, முன்ன மாதிரி நம்பாட்டுக்கு நடமாடிக் கிட்டு இருக்கலாம்னா முடியலை, தொந்தரவா இருக்கிறது! ஒங்க பாட்டுக்கு ஒரு கார் புக் பண்ணிக்கிட்டு, கோயில் குளம்னு சுத்திக் கிட்டு வாங்க என்று தான் இருவரும் மாறி மாறிச் சொல்கிறார்கள். அதற்கெல்லாம் தோதுப்படவே இல்லை. அவர்கள் பணத்தை அனுப்பிக் கொண்டுதான் இருக்கிறார்கள். அதை வைத்து என்ன செய்ய? அதற்கெல்லாம் இப்போது அர்த்தமில்லாமலே போயிற்று. ஒரே ஒரு தடவை மட்டும் மதுரை, ராமேஸ்வரம், திருச்செந்தூர், இந்தப்பக்கம் மேல் மருவத்தூர், திருத்தணி என்று போய் வந்தார்கள். அதுவும் கூட நேர்த்திக் கடன் செலுத்தவே தவிர, சுற்றுலாவாக இல்லை. குளம்வத்திய பிற்பாடு கொக்குக்கு என்ன வேலை?

மனம்தான் குலைந்து கொண்டே போகிறது! கல்யாணம் காச்சி என்று தலையைக் காட்டச் செல்லும் போது மருதவாத்தியாரின் பிள்ளைகளைப் பற்றி பெருமையாக உறவு பேசும். எல்லாம் கேட்டுக் கொள்வார். ஒரு தலையசைப்புதான் பதில். அவரைப் பொறுத்தவரை

“பெருமைக்கு மாவிடிச்சு எருமைக்கு வச்சாப்புல தேன்” என்று நினைப்பார். ஒரு சமயம் அவரவர் மரம், அவரவர் கிளை, அவரவர் கூடு என்று சமாதானமும் கொள்வார்.

காலையில் ஒரு கை அரிசியைக் குக்கரில் வைத்தால் காலைக்கும் மதியத்திற்கும் ஆச்சு. ஒரு பருப்பைக் கடைந்து, ஒரு துவையல், இல்லாவிட்டால் ஒரு ரசம், கொஞ்சம் வத்தல், வறுத்துச் சாப்பிட வேண்டியதுதான். ராத்திரிக்கு கடையில் வாங்கிய மாவில் ஆளுக்கு ரெண்டு தோசை. அதுவும் முடியாவிட்டால் வாத்தியார்தான் கடையில் போய் இரண்டு இட்லி வாங்கிவருவார். சில சமயம் சாப்பிடவே பிடிக்காமல், பொழுது வரை போக்கி விட்டு இரவு ஒரு பழத்தை வாங்கி வாயில் பிச்சுப்போட்டுப் படுத்துக் கொள்வார்கள். சில சமயம் ஒரு சாப்பாடு வாங்கி, ஆளுக்குப் பாதியாகச் சாப்பிட்டுக் கொள்வார்கள்.

இப்போதெல்லாம் வாத்தியாருக்கு முன்பு மாதிரி இல்லை. இரவில் நிதானம் தெரிவதில்லை. தடுமாறி விழுந்துவிடுகிறார். டாக்டர் கண்ணில் ஒரு ஆப்ரேஷன் பண்ணச் சொல்கிறார். அதற்கு வழியில்லாமல் கிடக்கிறது. ஒரு நாள் போதும், ஏனோ பயம். யாரை யாவது துணைக்கு கூப்பிட்டுப் போய் முடித்துவிட்டு வந்துவிடலாம். இத்தனை வருஷத்தில் ஒருத்தனாவது துணைக்கு வராமலா போவான்? அவருக்கு மனத் தயக்கம்.

“எதுக்கு இப்படி அரைகுறையா சாப்பிட்டுக்கிட்டு இருக்கீங்க? சமையலுக்கு ஒரு ஆளைப் போட்டுகங்க” என்று தான் இருவரும் சொல்லுகிறார்கள். பணத்தைப் பற்றிக் கவலைப்படாதீக. என்றுதான் அடிக்கடி சொல்கிறார்கள். அதில் குறையும் வைப்பதில்லை. இரண்டு பேருக்காக ஒரு ஆளைப் போடுவாகளா? தொலையாத சாப்பாட்டு வேலை? என்னத்துக்கு? என்று தான் வாத்தியார் விட்டுவிட்டார்.

மனதில் எதோ ஒரு கசப்பு ஊறிக் கொண்டுதான் இருக்கிறது. காலத்தைக் கடத்தும் படியாகத்தான் இல்லை. காலம் அவர்களைக் கடத்தும் படியாகத்தான் ஒவ்வொரு நாளும் விடிந்து மடிகிறது. பள்ளிக்கூடம் எப்போது திறக்கிறார்கள், மூடுகிறார்கள், ஆடி திரு விழாக்கு ஆற்றில் தண்ணீர் திறந்துவிட்டானா? இல்லையா? முத்தன் டீ கடை சுவரில் என்ன சினிமா போஸ்டர் ஒட்டியிருக்கிறான்? ஆடி, அமாவாசை, கார்த்திகை என்று எதுவும் தெரியவில்லை! முன்பெல்லாம் எல்லாப் பண்டிகைகளும் வாத்தியார் வீட்டிற்குள் தான் முதலில் நுழையும், தை பூசமாகட்டும், ஆடிப்பூரமாகட்டும், தைப் பொங்கலாகட்டும், தீபாவளியாகட்டும், பலகாரச் சட்டியில் எண்ணெய் கொதிப்பது முதலில் வாத்தியார் வீட்டில்தான். தெருவே நெய் மணக்கும், இந்தத் தீபாவளிக்கு ஸ்வீட் எதுவும் இல்லாமல்

வாங்கவும் பிடிக்காமல் ஒரு டம்ளரில் சீனியை நிறைத்து சாமி படத்தின் முன்பு வைத்துக் கும்பிடும்படியாகிவிட்டது. ஏனோ மனம் அப்படி வெளுத்துவிட்டது.

ஊர் உறவோடும் முன்புபோல ஒட்டி உறவாட முடியாது ஒதுங்கல் ஏற்பட்டுவிட்டது. நாலு நல்லது கெட்டதுக்குப் போனால் தானே நட்பும் உறவும். கல்யாணம் காச்சி என்று முன்பு போல் பத்திரிகைகளும் வருவதில்லை. வந்தாலும் போய்வரத் தெம்பில்லை. 'இல்லாதவகளா காசு பணத்தை செலவு செஞ்சு, நல்லா தாட்டியமா இருக்கலாமுல்லெ..' என்று ஊர் வாயில் விழத்தான் செய்கிறார்கள். ஆனால் யாருக்குப் புரியப் போகிறது?

இதோமழை மீண்டும் தொடங்கிவிட்டது. வாத்தியாரின் மழைக் கழியும் வாசலில் தான் கிடக்கிறது. அவருடைய சைக்கிளும் மழையில் நனைந்து கொண்டுதான் இருக்கிறது. டயர் பஞ்சர் ஆகி, துரு ஏறி, ஒன்றுக்கும் உதவாமல், தூக்கிப் போடவும் முடியாமல் வாசலில் தான் கிடக்கிறது. அதுவும் மழையில் நனைந்து கொண்டு தான் இருக்கிறது. மருதவாத்தியார் அந்த மழையையே பார்த்துக் கொண் டிருந்தார். இந்த மழை மட்டும் தான் அப்படியே இருக்கிறது, எப் போதும் போல எல்லோருக்கும் பெய்து கொண்டு!

– *ஏப்ரல் 2018*

❑

பெரியவர்கள்

"ஆகவே, இவர் பொய் சாட்சியம் அளித்திருப்பது, நிரூபணம் ஆகியுள்ளது. கனம் கோர்ட்டார் அவர்கள், இவருக்குச் சட்டப்படி தண்டனை வழங்க வேண்டுமாய் வேண்டுகிறேன்"

அரசு வக்கீல் தன் வாதத்தை முன்வைத்துவிட்டு, என் முகத்தை ஏறிட்டார், நான் அந்தச் சாட்சியின் முகத்தைப் பார்த்தேன், வாடி வதங்கிப் போய் இருந்தார்.

"ஏம்பா உன்னை பொய் சாட்சி சொல்ல கூப்பிட்டு வந்தது உண்மையா?"

"கூப்பிட்டு வரலை, நானாத் தான் வந்தேன் சாமீ!"

"நீங்கள் பொய் சாட்சிதான், அப்படித்தானே?"

"அதெல்லாம் தெரியாது சாமீ, வயித்துக்கு சோறு கிடைக்கும்னு வந்தேன்.."

"இப்படி பொய் சாட்சி சொல்றது தப்புனு தெரியுமா?"

"பசி, சாமீ!"

"அதுக்காக?"

"சாப்பாடு கண்டு மூணு நாள் ஆச்சு சாமீ"

"அதுக்காக பொய் சாட்சி சொல்லலாமா?"

"ஒருவேளை சாப்பாடாவது கிடைக்குமேன்னு வந்தேன் சாமீ"

".... சட்டப்படி பொய்சாட்சி சொல்றது குற்றம்"

"குற்றவாளியே தன் குற்றத்தை ஒப்புக் கொண்டுள்ளார். ஆகவே..."

அரசு வக்கீல் உற்சாகமாக இடையில் புகுந்தார்.

நான் குற்றவாளிக் கூண்டில் இருக்கும், அந்த வயசான பெரிய வரைப் பார்த்தேன், சிறிது நேரம் பார்த்துக் கொண்டே இருந்தேன்.

"உங்க பேர் என்ன?"

"சாமியப்பனுங்க"

"இதுதான் உங்களோட தொழிலா?"

அவர் அழுதார். பழுத்து கனிந்த அந்த உருவம், தழு தழுக்க அப்படியே நின்றது. அழுகையை அடக்கச் சிரமப்பட்டுக் கொண்டி ருந்தார்.

"சொல்லுங்க.. இத தொழிலா செய்யுறீங்களா?"

"சத்தியமா இல்லீங்க சாமீ, பசி"

"குடும்பம் இருக்கா? பிள்ளைங்க?"

"ஒண்ணும் உருப்படீ இல்லீங்க சாமீ.."

அரசு வக்கீல் சட்ட விதிகளை எடுத்துக் கூறிக் கொண்டிருந் தார். நீண்ட விளக்க உரைக்குப் பின் அமைதியாக, என்னைப் பார்த்தார்.

இப்போது..

இது என் நேரம்! நான் தீர்ப்புச் சொல்ல வேண்டும். மீண்டும் அந்தப் பெரியவரைப் பார்த்தேன், என் இடது பக்கம் அடுக்கியிருந்த சட்டப் புத்தகங்களைப் பார்த்தேன். தீர்ப்பு எழுதத் தயார் நிலையில் என் பேனா திறந்தே இருந்தது. என் தராசு தடுமாறியது. ஒரு நூல் இடைவெளியில் முன்னும் பின்னும் ஆடிற்று. நான் சட்டத்தைக் காக்க வேண்டுமா? நீதியைக் காக்க வேண்டுமா?

தவறுகள் குற்றங்கள் ஆகுமா? சட்டப்படி வழங்கப்படும் தீர்ப்பு கள் திருத்தப்படலாம். நீதிப்படி வழங்கப்படுகிற தீர்ப்புகள் யாரால் திருத்த முடியும்? என் தராசு சட்டென்று சமநிலைப் பட்டது!

சட்டென்று எழுந்து என் அறைக்குச் சென்றுவிட்டேன். என் உதவியாளரை அழைத்து அந்த பெரியவருக்குச் சாப்பாடு வாங்கிக் கொடுத்து, அவர் எந்த ஊர் என்று கேட்டு, அவரை ஊருக்கு அனுப்பி வைக்கச் சொல்லி என் பணத்தைக் கொடுத்தேன்!

என் அறை ஜன்னல் வழியாக அந்தப் பெரியவரைப் பார்த்தேன். ஏனோ அவரைப் பார்க்கும்போது என் அப்பாவின் நினைவுகள் பொங்கியது... பெரியவர் நடந்து செல்வதையே பார்த்துக் கொண்டி ருந்தேன்.

அதில் இருந்து நான் சற்று விடுபட வேண்டும். பொதுவாக ஒரு தீர்ப்பு எழுதிய பேனாவை மறுபடி உபயோகப்படுத்துவதில்லை. இது மரபு. நான் அந்தப் பேனாவிலே ஒரு சிறுகதை எழுதத் தொடங் கினேன்.

இனி கதை –

அப்பாவைப் பற்றிய வெறும் நினைவுகள் அல்ல இது; அப்பாவைப் பற்றிய நினைவு என்பது ஒரு சமவெளி மனநிலை அல்ல. அப்படி இருக்க முடியாது. அப்பாவின் வேஷ்டி என்று பிரபஞ்சன் ஒரு கதை எழுதியிருக்கிறார். அசோகமித்திரன் கூட அப்பாவைப் பற்றி எழுதியிருக்கிறார். அப்பாவின் வாசனை என்று யாரோ ஒருவர் எழுதியதாக நினைவு, தி.ஜானகிராமனின் அப்பாக்கள் அலாதி யானவர்கள். அவர்கள் அப்பாக்களாகவே பிறப்பெடுத்து வந்தவர்கள். பாலகுமாரனின் அப்பாக்கள் பெரும் பாலும் கொடூரர்கள். இப்படி ஏறக்குறைய எல்லா எழுத்தாளர் களும் அப்பாக்களைப் பற்றி நிறைய எழுதியிருக்கிறார்கள். கோபம் கொண்டவர்களாகவோ, கொண்டாடக் கூடியவர்களாகவோ தான் அப்பாக்கள் வெளிப்பட்டிருக்கிறார்கள். இதில் விசேஷத் தன்மை என்பது அவரவர் மன வாகுப்படி தான் அமைகிறது.

இந்தக் கதையை எழுதுகின்ற எனக்கும் எனக்கு என்றால் பாரதிபாலனுக்கு அல்ல, நீதிபதிக்கு ஒரு அப்பா இருப்பதும் அவரைச் பற்றிச் சொல்ல ஏதோ இருப்பதும் இயற்கைதான்! ஆனால் இது அவரைப் பற்றிய மனப்பதிவல்ல. சில விசேஷக் காரணங்களுக்காக இதை எழுதுவதாகவும் எடுத்துக் கொள்ள முடியாது!

என்னுடைய அப்பா சினிமாப் படங்களில் வருவது போலவோ – ஏன் கதைகளில் வருவது போலவோ சூதாடியாகவோ–கொடுமைக் காரராகவோ இல்லை – மாறாக அன்பாலே ஆன அப்பாவாகவும் இல்லை. பாசத்தைப் பொழிந்து குடும்பத்தைக் கோவிலாக்கிய புனித ரும் அல்ல; ஒரு சராசரி மனிதரும் அல்ல. இதற்கு இடையில் எங்கோ ஓர் இடத்தில் அப்பா இருக்கிறார். அவரைக் கண்டறிய முடியவில்லை.

எனக்கு அப்பா எப்போது சிக்கலாகி விட்டார் என்றால் நான் ஆறாம் வகுப்புப் படிக்கும் போதுதான். ஐந்தாம் வகுப்பு வரை, சீலையம்பட்டி பள்ளிக்கூடம் தான்! அதுவரை அப்பாவைப் பற்றிய பிரக்ஞையே கிடையாது. வெட்கம் விட்டுச் சொல்லி விடுகிறேன், சொன்னால் நம்பவாப் போகிறீர்கள்? நீங்கள் எப்படி எடுத்துக் கொண்டாலும் சரி, எனக்கு அப்பா என்று ஒருவர் இருப்பது தெரியவே தெரியாது. அம்மாவும் அது பற்றிப் பெரிசாக அலட்டிக் கொண்டதும் கிடையாது.

எப்பவாவது, தீபாவளி, பொங்கல், ஆடி என்று பண்டிகை காலங்களில் தான் அப்பாவைப் பற்றிப் பேச்சு அடிபடும். அதுவும் வெறும் பேச்சாகவே பொசுங்கிவிடுமே தவிர மனதில் பொங்கி, புகை உண்டாக்கி, கண்ணைக் கசக்கும் படியாகவே அது இருக்காது.

பேச்சோடு பேச்சாகக் கூடி, குலைந்து போகும். 'வருஷ நாட்டுப் பக்கம் தொழிலுக்குப் போயிருக்காப்பிலெ..' கேரளா செம போயிருக் காப்பிலெ.. என்று அம்மா அடுத்தவர்களிடம் சொல்வது காதில் இறங்கும். மனசில் விழாது.

அப்பா முகமே நெஞ்சில் இல்லை. அம்மாவுக்கும் இதைப் பற்றி எல்லாம் ஆற அமர உக்கார்ந்து பேச பொழுது கிடையாது. அவள் ஜோலி தொந்தரவுக்கே நேரம் காணாது. அறுப்புக்குப் போகிறேன், களைக்குப் போகிறேன், கார வீட்டுகாரவுக நெல் அவிக்கக் கூப்பிடு றாக... செட்டியார் வூட்டுக்கு 'கடலை' உடைக்கப் போகிறேன். பெரியவூட்டுக்காரவுக துவரைக்கு மண்ணுகட்டக் கூப்பிடுறாக என்று எங்காவது வேர்வைப் பிசுபிசுப்போடுதான் அலைந்து கொண்டு இருப்பாள்.

எங்கள் வீட்டில், வீடு என்றால் சமைக்க, படுக்க, இருக்க என்று வகுத்துக் கொண்ட வசதியானது அல்ல, சம சதுரமாய் சாணம் போட்டு மொழுகியது. ஒரு ஓரத்தில் அடுப்பு, மறு ஓரத்தில் தண்ணிப் பழக்கம், நடுவில் படுக்கை, வீட்டிற்கு வெளியே இடமும் வலமும் ஒரு ஆளு படுக்கத் தக்கபடி இரண்டு திண்ணைகள்!

அடுப்புச் சாம்பலையோ, புழுங்கல் அரிசியையோ எடுத்து, வாயில் ஒதப்பிக் கொண்டு அந்தத் திண்ணையில் தான் கிடப்பேன். அடிக்கடி அரிசியைத் தின்பதால் கன்னங்கள் ஊதியும், சாம்பலைத் தின்பதால் வயிறு உப்பியும் இருக்கும். கண் முழி மட்டும் பெரிசாகத் தெரியும். 'ஊதுகாமாலைப் பயலே' என்று தான் என்னைக் கூப்பிடு வார்கள். எனக்கு அந்தத் திண்ணை தான் புகலிடம்.

பள்ளிக்கூடம் போய், சோறு தின்றுவிட்டு, வந்து அந்த திண் ணையில் 'நொடக்கிக்' கொண்டால் அம்புட்டுத்தேன்! ஒரு பிடி அரிசியை எடுத்து, கடைவாயில் ஒதப்பிக் கொண்டே படுத்து விடுவேன். அதுதான் என் உலகம். தெரு நாய் வந்துச் சட்டிகளை உருட்டி விட்டுப் போகும். அதைக் கூட ஓங்கி அதட்ட மாட்டாமல் கிடப்பேன். தெருவில் போகிற, வருகிற 'வாண்டுகள்' எல்லாம் என்னைக் 'கிள்ளி' விட்டுப் போகும். இல்லை நடுத் தலையில் ஓங்கி ஒரு 'கொட்டோ' ஒரு 'தட்டோ' விழும். அப்போது கூட ஒரு சிணுங்கல் மட்டும்தான். அதுவும் பலஹீனமாகத்தான் ஒழுகும்.

இன்னும் ரெட்டை வாலு பிடிச்சதுக என் அரைக் கால் டிராயரின் பின் புறம், சரியாக 'அந்த' இடம் தெரியும்படியாக நேராகக் கிழிந்து கிடக்கும், அதில் ஒரு குச்சியை வைத்து நெம்பி விட்டு ஒரே ஓட்டமாக ஓட்டம் பிடிக்கும்; நான் பிரக்ஞையே இல்லாமல் சப்பாணி மாதிரி தேமேனு தான் கிடப்பேன். "அடிச்சா ஏன்னு கேக்க ஆளு இல்லாத அனாதைப் பயலேங்குறான் மயிலு...,"னு 16 வயதினிலே படத்தில்

கமல், ஸ்ரீதேவியிடம் பரிதாபமாகச் சொல்லும் அந்த நிலை தான் எனக்கும். அப்படிச் சொல்ல எனக்கு அப்போது மயிலும் இல்லை. உயிரும் இல்லை!

சரி சுற்றிவளைக்காமல் விசயத்துக்கு வருகிறேன். நான் ஐந்தாம் வகுப்பு பாஸ் பண்ணிய உடனே 'பாஸ் பண்ணினேன்' என்றவுடன் என்னைப் பற்றிய ஒரு அபிப்பிராயம் திரண்டிருக்கும். நிற்க! என்னால் ஆனது எதுவுமில்லை. நான் ஐந்தாம் வகுப்பில் முதல் பரீட்சை மட்டும்தான் எழுதினேன். அடுத்து அடுத்து சுகவீனம் கொண்டு வீட்டிலே நொடங்கிவிட்டேன். பரீட்சைக்கே போகவில்லை. ஆனாலும் 'பாஸ்' ஆகிவிட்டேன். அது ஒரு பொற்காலம் தான். அந்தக் காலம் போலவே இப்போதும் இருந்தால்? சரி, அதை விடுங்கள், நான் பாஸ் ஆகிவிட்ட செய்தி தெரிந்தோ அல்லது தெரியாமலோ 'தற்செயல்' என்பார்களே, அது போல அப்பா ஒரு நாள் வீட்டிற்கு வந்தார்.

நீங்கள் நம்ப மாட்டீர்கள்! இதுதான் நம்ம அப்பாவா! என்று வைத்த கண் வாங்காமல், அவர் முகத்தையே பார்த்தேன், ஏதோ 'விருந்தாளி'யைப் பார்ப்பது போல பார்த்துக் கொண்டே இருந்தேன். அப்போது தான் சற்று விபரமாகப் பார்க்கிறேன். லேசான பிரமிப்பும் சற்றுக் கூச்சமும் இருந்தது. ஒன்றிரண்டு சினிமாக்களில் பார்த்த அப்பாக்களின் முகங்களும், என் 'ஜோட்டு'காரப் பயல்களின் அப்பாக்களின் முகங்களும் தான் என் முகத்தில் வந்து மோதியது. உள்ள படிக்கே அவர் என் 'அப்பாவா தாத்தாவா?' என்ற தடுமாற்றம், நெஞ்சுக் குழிக்குள் ஏதோ உருண்டது. அப்போதைய என் வயது நிலைக் காரணமாக அதை எல்லாம் வெளிக்காட்டவே முடிய வில்லை.

இப்போதும் இந்தக் காட்சி என் நெஞ்சில் வடிந்து கொண்டு தான் இருக்கிறது. திண்ணைக்கு ஓரமாக நின்று, அவரைப் பார்க்கிறேன். அவர் எதிர் திண்ணையில் தெருவைப் பார்த்து உக்கார்ந்து இருக்கிறார். வளர்த்தி இல்லை. குட்டையான உருவம். நல்ல கட்டையான உடல்வாகு. மொட்டை எடுத்து அரும்பியது போல முடி, குத்தி நிற்கும் முடி, அப்படி ஒட்ட வெட்டியிருக்கிறார். முழுவதும் நரைத்து, இங்கொன்றும் அங்கொன்றுமாய் தான் கருப்பு முடி! பீடியைக் கடைசி வரை இழுத்து, இழுத்து உதடு பொசுங்கிப் பொத்துப் போயிருந்தது.

மீசையையும் கிருதாவையும் மட்டும் ஒரு தினுசாக, ஒதுக்கி விட்டிருந்தார். இடது காதில் ஒரு பீடியை எப்போதும் சொருகி வைத்திருந்தார். அப்பா பீடி பிடிப்பதே வேடிக்கையாகத்தான் இருக்கும். ஒன்றிரண்டு முறைதான் அதை கூடப் பார்த்திருக்கேன். பீடி நுனியைக் கடித்து, துப்பிவிட்டு, தீப்பெட்டியை எடுத்து பத்த வைத்தார் என்றால் 'குபுக்' கென்று வெளிச்சம் பொங்கி, புதைந்து புகை எழுப்பி, மூக்குத் துவாரத்து வழியாக மோட்டார் தண்ணீர்

மாதிரிப் பீச்சி அடிக்கும்... சில சமயம் வளையம் வளையமாகப் பறக்கும்.. அந்த வயது நிலையில் அது எல்லாம் எனக்கு விளை யாட்டாகத் தான் தோன்றியதே தவிர விஷமமாகப் படவில்லை!

அப்பாவுக்கு அப்படி ஒரு மனசா? அப்பாவுக்கு மனசு என்று ஒன்று உண்டா? அவரைப் பார்த்தவரை அவரை 'விவரமான ஆளாக' ஒருவரும் கணக்கில் எடுத்துக் கொள்ளவில்லை. அவர் நடத்தை யினால் மட்டுமல்ல, ஏனோ அவரைப் பற்றி அப்படி ஒரு அபிப் பிராயம். ஆனாலும் அவர் குடும்பத்தைக் கைவிட்டுவிடவில்லை. ஒவ்வொரு முறை வரும் போதும் ஏதாவது கொண்டு வந்து கொடுத்துக் கொண்டே தான் இருப்பார். அம்மாவும் அதை சூதானப் படுத்திக் குடும்பச் செலவுக்கு வைத்துக் கொள்ளும். ஆனாலும் ஊரார் கண்ணுக்கு அவர் வெட்டியாகச் சுற்றுவது போலத்தான் தெரியும்.

சில உள் ஆழங்களை அறியாமல் போகலாம். ஆனால் ஆழத் தின் அசைவுகளையும் நகர்வுகளையும் அறியாமலா?

அப்பாவின் போக்கிற்கு, சற்றும் சம்பந்தமே இல்லாமல், அவர் மனசில் அப்படி ஓர் எண்ணம் எப்படித்தான் வந்து கூடியதோ! வியப்புதான். எதிலும் ஒட்டும் இல்லாமல் உறவும் இல்லாமல் அவர் மன வாகுப்படி சுற்றித் திரிந்தவர்; என்னைப் பற்றிய நினைவே இல்லாமல் இருந்தவர், தந்தை – மகன் உறவைப் பற்றி உணராத வருக்கு, இல்லை அப்படி நான் நினைத்துக் கொண்டிருந்தேனோ என்னவோ உள் ஆழங்களை மூச்சைப் பிடித்து முக்கி அறியும் சக்தி எனக்கில்லையோ என்னவோ! மன உறவாகவே சில உறவுகள் கிளைத்து பூத்தும் விடுகின்றன. பூத்தால் மலர வேண்டும். மணம் வேண்டும். இரண்டும் இல்லாவிட்டால்? கடல் ஆழத்துத் தாவரங்களை அறிய நான் என்ன ஆராய்ச்சியாளனா?

திடீர் என்று தான் அதை அவர் வெளிப்படுத்தினார். அதை வெளிப்படுத்திய விதமும் அலாதிதான்! நான் என்ன படிக்கிறேன்? எப்படிப் படிக்கிறேன், என்றெல்லாம் அறியாதவர், நான் ஐந்தாம் வகுப்பைக் கடந்ததும் என்னை, பக்கத்து ஊரில், சின்னமனூரில் உள்ள மிஷினரி ஸ்கூலில் சேர்க்க வேண்டும் என்று முடிவு செய்து, அதற்குத் தயாராகிவிட்டார். இதில் விசயம் என்னவென்றால் நான் இங்கிலீஷ் படிக்க வேண்டும், படித்துப் பெரிய இடத்தில் போய் உக்கார வேண்டும். எங்கள் ஊரில் வாத்திமார்களுக்கே இந்த இங்கிலீஷ் வாய்க்குள் நுழையாது! அதுக்கும் நமக்கும் சம்பந்தமே இல்லை என்ற தினுசாகத்தான் திரிவார்கள்.

உள்ளூரை விட்டு, அசலூர் போய் நாலுமனுச மக்களைப் பார்த்து திரும்பியதாலோ என்னவோ அப்பாவுக்கு அப்படி ஓர்

அபிப்பிராயம் ஏற்பட்டுவிட்டது. அந்த அபிப்பிராயம் கெட்டி பட்டு, விடாப்பிடியாக அதைச் சாதித்தும் விட்டார். டவுன் பஸ்ஸில் என்னை ஏற்றி, காலை எட்டரைக்கு எங்கள் ஊருக்கு வரும் பஸ்ஸுக் காக ஆறரை மணிக்கே பஸ் டாப்பிற்கு அதாவது அரசமரத்தடிக்கு கூப்பிட்டு வந்துவிட்டார். ஒரு சமயம் போல ஒரு சமயம் இருக்காது. ஒரு வேளை பஸ் தப்பிடுச்சன்னா? அவர் ஒரு பீடியை வாயில் கவ்விக் கொண்டு, தரையில் குத்த வைத்து உட்கார்ந்து கொண்டார். நான் ரோட்டையே 'பராக்குப்' பார்த்துக் கொண்டு நின்றிருந்தேன். நான் 'காருக்கு' நிற்பதை எல்லோரும் பார்த்துக் கொண்டே நகர் கிறார்கள் என்ற பெருமை எனக்கு.

ஒரு வழியாக என்னைப் பள்ளிக்கூடத்தில் சேர்த்து விட்டு விட்டார். அப்போது எட்டு ரூபாயோ, பத்து ரூபாயோ பீஸ் கட்டி ரசீது வாங்கினார். அப்படி அவர் பணம் கட்டி 'ரசீது' வாங்கி வந்தது எங்கள் ஊரில் அவருக்குப் பெரிய கௌரவத்தைத் தந்து விட்டது. என்றாலும் 'ஆழம்' தெரியாமல் காலை விடுகிறான் என்ற பொறாமைக் குரல்களும் ஓங்கி ஒலிக்கத்தான் செய்தது. அம்மா "நாய் இடம் போனால் என்ன... வலம் போனால் என்ன" என்று இருந்துவிட்டாள். அவளுக்கு இதில் ஆர்வம் இல்லை என்று அர்த்தமில்லை, அறியாமை!

அந்த மிஷனரி பள்ளியில் படித்தது ஒரு தனி அனுபவம், அதை "கான்வெண்ட் ஸ்கூல்" என்பார்கள். எங்கள் ஊர்க்காரர்களுக்கு அது "காம்பவுண்டுஸ்கூல்" என்று தான் வாயில் வரும். நானும் ரொம்ப நாட்களாக அப்படித்தான் கூப்பிட்டேன். அந்தச் சுற்று வட்டாரத்திலே பள்ளிக்கூடத்திற்கு, கல்லால் ஆன பெரிய சுற்றுச் சுவர் அந்தப் பள்ளிக்கூடத்திற்குத்தான் உண்டு. அதனால் தான் அப்படிச் சொல்கிறார்களோ என்னவோ என்று கூட நினைத்தேன்.

பரலோகத்தில் இருக்கும் பிதாவின் கிருபையால், ஏதோ தேவ லோகத்தில் இருப்பது போலவே உணர்ந்தேன். மூன்று வேளையும் சாப்பிடக் கூடிய பாக்கியத்தை நான் அங்கு தான் பெற்றேன். அது வும் அரிசி சோறு, இட்லி, தோசை என்ற ஆடம்பரமான திருவிழா வஸ்துகள், அதுவும் அந்தச் சாம்பாரையும் சட்டினியையும் கண்டு விட்டால் என் மனம் 'சப்புக்' கொட்டும்!

இதுவரைக் காணாத, பாய், தலையணை என்று படுக்கை வகையறாக்கள். எல்லோருக்கும் இதெல்லாம் சாதாரணம் தான்! எனக்கு இதுவரை இல்லாத புது அனுபவம்; பாய் தலையணை எல்லாம் இதுவரை கண்டிருப்பேனா? பழைய துணிமணிகளை மூட்டைக் கட்டி வைத்துக் கொண்டு படுக்க வேண்டியது தான். விரிக்கக் கோணிச் சாக்கு. இது எல்லாம் கூட நினைவோடு இருக்கும் போதுதான். பசியோ, அசதியோ கண்டுவிட்டால், கண்ட இடத்தில்

விழுந்து தூங்க வேண்டியதுதான். எத்தனையோ தடவை ஊர்ச் சாவடியிலும் கோவில் படியிலும் படுத்துறங்கியிருப்பேன். அம்மா தான் தெருத் தெருவாய்த் தேடி, எங்கே 'கெடக்கேனோ' என்ற படபடப்போடு தேடி, அலைந்து கண்டெடுப்பாள். ஊர்ச் சாவடி யிலும் கோயில் படியிலும் தூங்கிப் போயிருப்பேன். அம்மாதான் தேடி வந்து, தூக்கச் சடவோடு இருக்கும் என்னைத் தர தரவென்று இழுத்துப் போவாள். வீட்டு வாசல் படியை மிதித்ததும் 'டொக்' கென்று ஒடிந்து விழுவது போல தொப்பென்று தரையில் துவண்டு விழுந்து விடுவேன். 'சனியனே போ' என்று அம்மாவும் அப்படியே திண்ணையில் உதறிவிட்டுப் போய்விடும். ஆக இப்படி எல்லாம் இருந்தவனுக்கு இந்தப் பள்ளிக்கூடம் தேவலோகம் தான்!

அங்கு எனக்கு ஏற்பட்ட சங்கடம் என்னவென்றால், கடைசி வரை 'சிஸ்டர்ஸ்' என்று கூப்பிட நாக்கு வளையாமல், டீச்சர் என்றே கூப்பிட்டு எல்லோரும் சிரிக்கும் படியாகவே நடந்து கொள்வேன்.

ஒரு நாள்

"வாட்ஸ் யுவர் நேம்?" என்று ஆங்கிலத்தில் எழுதச் சொன் னார்கள். ஆயிற்று. முட்டி மோதி ஒருவாரத்திற்குள் அது முடிந்தது. "வாட்ஸ் யுவர் ஃபாதர் ஆக்குபேஷன்?" என்று எழுதச் சொன் னார்கள். அங்கு தான் சிக்கல்? எழுதுவது அல்ல, என்ன எழுதுவது, அதுதான் சிக்கல். அப்பா என்ன தொழில் செய்கிறார்? அப்படி எதாவது உண்டா? அப்படி எதைச் சொல்ல முடியும்? ஒரு நாள் கூட அவர் வீட்டில், ஓய்ந்து இருந்ததில்லை. ஓயாத உழைப்புதான். நாங்கள் உயிரோடு இருக்கக் காரணமே அவர் உழைப்புதான். ஆனாலும் என்ன செய்கிறார் என்ற உருவம் இல்லை.

பக்கத்து இருக்கைகளைப் பார்த்தேன். உற்சாகம்! ஒவ்வொரு வரும் ஏதேதோ எழுதினார்கள். எந்த எழுத்தும் என் கண்களில் விழவில்லை. கண்களில் நீர் கோர்த்துக் கொண்டது. தொண்டையை அடைத்தது. ஏனோ திரும்பத் திரும்ப மனதில் வந்து மோதியது. அவர் செய்யாதது எதாவது உண்டா? இதுதான் என் தொழில் என்று அந்தக்கால்கள் எதிலும் நின்று விடவில்லை. காலம் அப்படி அவருக்கு ஒரு இடத்தைத் தரவில்லை. காலில் சக்கரம்தான். ஆற அமர உட்கார்ந்து ஒரு நாளாவது சாப்பிட அவருக்குக் கொடுத்து வைத்திருக்குமா?

எங்க அப்பா இந்த தொழில்செய்கிறார் என்று சொல்லவா முடிகிறது? யோசித்து யோசித்து வெறுமையும் விரக்தியும் தான் மிஞ்சுகிறது. "கூலி" என்று கூடத் துணிந்து எழுத முடியவில்லை. அந்தத் தகுதியைக் கூட அவரால் தொடமுடியாத ஒரு அவலநிலை கேரளா பக்கம் எஸ்டேட்டில் 'கொத்தடிமையாகச்' சிறிது காலம்

இருந்தார். அதில் இருந்து தப்பி வந்து ஊர் பக்கம் 'எழவு' சொல்லப் போவார். கொஞ்சகாலம் மாட்டுத் தரகராகச் சுற்றிக் கொண்டிருந் தார். "ஓம் முருகா லாரியில்" லோடு மேனாகச் சிறிது காலம் போய்க் கொண்டிருந்தார். எங்கோ முனிஸ்வரன் கோவிலில் 'செருப்புக்கு' காவல் இருப்பதாகக் கூடச் சொல்வார்கள். திடீர் என்று தலை மறைவாகிவிடுவார். எங்கே இருக்கிறார்? எப்படி இருக்கிறார் என்று தெரியாது!

இப்படியே காணாமலே காலம் கடக்க கடக்க எங்காவது, எப்படியாவது 'இருந்தால்' போதும் என்று மனசு பதைபதைக்கும். அம்மாவுக்கு அப்பா எங்கிருக்கிறார்? எந்த திசையில் இருக்கிறார் என்று தவிப்பாகிவிடும். கோடாங்கி அடித்துக் கேட்பதிலும், வெத் தலையில் "மை" தடவிக் குறி கேட்பதிலுமே காலம் கழியும். ஒரு வேளை செத்து கித்து போய், எங்காவது அனாதைப் பொண மாகக் கிடக்கிறாரோ என்று ஒப்பாரியில் உட்கார்ந்து விடும். வீடு நிசப்தமாக இருக்கும். ஒன்றும் நடக்காதது மாதிரி. எல்லாமே சீராய் இருப்பது மாதிரி நீண்ட நிசப்தம். திடீரென்று அதைக் கிழித்துக் கொண்டு அம்மாவின் அழுகைக்கீறல், சிறு தேம்பலாய்த் தொடங்கி, பெரும் கேவலாய் எழும். அழுவாள், அரை மணியோ ஒரு மணியோ, அப்படியே அது ஒப்பாரியாகி விடும். அழுது, உடல் சோர்ந்து அடங்க, கண்ணீரோடு சேலை முந்தானையைத் தரையில் விரித்து, கைகளைத் தலைக்கு மடித்து வைத்துக் கொண்டு அப்படியே சரிந்து விடும். அப்படியே அந்த நாள் முழுக்கக் கஞ்சி தண்ணி இல்லாமல் கிடப் பாள். நானும் பட்டினிதான். அந்தத் திண்ணையிலே கிடப்பேன். எனக்கு மூக்கு ஒழுகும். அதைச் சிந்த முடியாமலும் துடைக்க முடி யாமலும் 'ஈ' மொய்க்க அப்படியே கிடப்பேன்.

திடீரென்று எல்லாம் அத்துப்போய் விட்டாற் போல அப்பாவைப் பற்றிய பேச்சே இல்லாமல், அந்த நினைப்பே இல்லாமல், அம்மா அதுபோக்கிலே இருக்கும். அந்தக் கவலையே இல்லாமல் கூட இருக்கும். யாராவது வழியப் பேச்செடுத்தாலும் கூட அப்படியே அதை அத்துவிட்டு விடும். ஒவ்வொரு நாள் பொழுதையும் உருட்டி, புரட்டி ஒப்பேத்த அவள் படும் சிரமங்களும் சித்ரவதைகளையும், அதுவும் ஆம்பளை ஆள் இல்லாத குடும்பம் என்றால் சொல்லவா வேண்டும்?

இப்படியாக ஒரு புதிராக, ஏதோ ஒரு புதருக்குள் புதைந்து மறைந்து இருந்த அப்பா, எப்படித் திடீரென்று எழும்பி வந்தார்? ஏதோ மந்திரித்து விட்டாற்போல வந்து, என்னை இந்தப் பள்ளி யில், கான்வென்டில் சேர்க்க வேண்டும் என்று, அதற்காகவே புறப் பட்டு வந்தாற்போல் வந்து, அதைச் சாதித்தும் விட்டார்!

அவருக்கு எப்படி இந்த எண்ணம் வந்ததோ என்று தான் திரும்பத் திரும்ப நினைக்கத் தோன்றுகிறது. அவர் இதற்கெல்லாம் தோதான ஆள் இல்லை. இப்படி எல்லாம் கூட அவரால் சிந்திக்க முடியுமா? முதலில் சிந்தனை எல்லாம் கூட அவருக்கு உண்டா? ஏதோ திடீரென்று வந்த சிந்தனையாக அது தோன்றவில்லை. எப்படியோ மனசுக்குள்ளே தங்கி, அமுங்கி நெடு நாட்களாக உள்ளேயே தேங்கிவிட்ட சிந்தனையாகத்தான் அது பட்டது. இல்லாவிட்டால் இத்தனை பழுத்திருக்காது. ஒரு பழுது இல்லாமல் இப்படி பளிச் சென்று வெளிப்பட்டிருக்காது.

இந்தப் பள்ளிக்கூடத்தில் சேர்க்க என்னை அழைத்து வரும் போது, இரண்டு மூன்று தடவை அலையும்படியாக இருந்தது! டவுன்பஸ், மாட்டுவண்டி, நடைபயணம் என்று எப்படித் தோதுப் படுகிறதோ அப்படி அழைத்து வந்தார்; இந்தப் பக்கத்தில் யாரிடமும் அவர் யோசனை கேட்கவில்லை. தெற்கே வடக்கே என்று திரும் பாமல் ஒரே நோக்கமாகவே இருந்து விட்டார். எப்படியோ என்னைக் கொண்டு வந்து இங்கே தள்ளிவிட்டு விட வேண்டும்!

“நல்லா படிச்சுப் போடனும்”

“ம்”

“அப்பத்தேன் நல்லது, இல்லைனா ரொம்பச் செரமப்பட்டுப் போயிடுவே”

“ம்”

“வாய் தொறந்து சொல்லு”

“படிப்பேன்”

“கருத்தா படிச்சாத்தேன், இங்கிலீசு எல்லாம் நம்ம வாய்க்குள்ள வரும்...”

“ம்”

“வரமாட்டேங்குது, ஏறமாட்டேங்குதுனு நொட்டச்சொல் சொல்லிவிட்டு ஓடியாந்திடப் புடாது..”

“ம்ஹும்”

“ஆமாடாப்பா, சொல்லிப்புட்டேன்.

அப்புறம் ஜோலிய கெடுத்துப்புடப்படாது...”

“ம்”

“நம்ம ஊர்லெயே கெடந்து பன்னிமேய்க்கிறதுக்கா, சேர்வா ரோட சேர்ந்து... அந்த ஜோலியே இருக்கப்படாது... கருத்தா படிக் கணும்”.

“.................”

"என்னா? படிப்பியா"

"படிப்பேன்"

"அப்பத்தேன், அசிங்கப்படாம வாழமுடியும். எங்க காலமெல்லாம் மூஞ்சாச்சு. இனி நீதான் கண்ணும் கருத்துமா இருந்துகிடணும்".

"ம்"

"ஆனமுட்டும் படிச்சு, உண்டான மார்க் எடுக்கப்பாரு, அப்பத்தேன் ஊர் உலகத்தில இருக்கிறாப் போல நாமலும் மதிப்பா இருக்கலாம்."

'ம்'

"எங்க காலந்தேன் போச்சு.."

என்று எங்கோ பார்த்தார். அந்த பார்வையில் வடியும் ஏக்கமும் துக்கமும் எனக்கு அப்போது புரியவில்லை. இப்போது நினைக்கும் போது நெஞ்சைப் பிசைகிறது; "குறைப் பொழுதையும் பழுதில்லாமல் வாழ்ந்திட வேண்டும்." என்ற பழுத்த உசுரின் ஏக்கம்!

அந்தக் காட்சியும், அதைச் சொல்லும் போது அப்பா பட்ட சிரமமும் என் நெஞ்சில் இன்னமும் வடிந்து கொண்டேதான் இருக்கிறது. உழைத்து உழைத்து ஓடாய்ப் போய்... கைக்கும் வாய்க்கும் எட்டாமல் ஏக்கப் பெருமூச்சு விட்ட அந்த தலைமுறையின் கடைசி ஆயுதம் என்னை அந்தப் பள்ளிக்கூடத்தில் கொண்டு வந்து போட்டது தான், அப்போதாவது விடியுதா? என்று பார்ப்போம்! அப்பாவுக்கு எப்படியாவது, நான் படித்து பெரிய ஆளாகிவிட வேண்டும். பெரியாள் என்றால் படித்து, சம்பாதிப்பது மட்டுமல்ல, பெரிய பதவியில் போய் உக்காருவது மட்டுமல்ல, இதை அப்பா அவர் பாஷையிலே எனக்கு உணர்த்தியிருக்கிறார். வறுமையில் வாடுபவனுக்கு அந்த வறுமை நீங்கினால் போதாதா? அப்பாவுக்கு அதுமட்டுமல்ல, அதையும் தாண்டி ஏதோ எதிர்பார்க்கிறார். ஒன்று மட்டும் உறுதியாகத் தெரிகிறது, அப்பா நிறையக் காயம் பட்டிருக்கிறார். அவர் காயங்களுக்கெல்லாம் நான் மருந்தாக வேண்டும்.

'குமுதம் தீராநதி' – ஜுலை 2012

❑

களவு போகும் கனவு

குணசேகரன் கடையை மூடி, பூட்டை ஒரு இழு இழுத்துப் பார்த்துவிட்டு, 'டொடங்' கென்று உதறிவிட்டு நிமிரும் போது தான் அம்சவேணியைப் பார்த்தான். அந்தப் பார்வையில் 'எப்ப வந்தே?' என்ற கேள்வி நின்றது. அவள் பதில் பேசவில்லை. "என்ன நேரத் தோட பூட்டியாச்சா?" என்பது போலத் திகைத்து நின்றாள்.

"எப்ப வந்தே?"

"ரெண்டா நம்பர் பலகையைத் தூக்கி, காடியிலெ நிப்பாட்டும் போது..."

"அட, கூப்பிட்டுருக்கலாமே!"

"மடமடன்னு ஜோலியா இருந்தாப்புலெ, என்ன அவசர மோனு நின்னுட்டேன்"

"அது என்னது கூடை?"

"நாளைக்கு இட்லிக்கு போடலாமேனுதான்.."

"ஐ.ஆர். எட்டு வேணுமாக்கும், தொறக்கட்டா?"

"பூட்டுனப் பொறவு எதுக்கு! வேணாம்!"

" 'ஒரு சத்தம் காட்டப்படாது!' ப்சு, மூலக் கடையிலெ பாக்குறீயா?"

"அங்க இல்லாமலா?"

"ஒரு நாளைக்கு ஆகுறாப்புலெ அங்குன வாங்கு...."

அவள் அவனையே பார்த்தாள்.

"என்ன பாக்குற?..."

அவள் தலையைக் கவிழ்ந்து கொண்டாள்.

"ஓ வெளக்கு வெச்சாச்சா..."

என்று அண்டர்வேர் பாக்கெட்டில் கையை நுழைத்தான்.

"துட்டெல்லாம் இருக்கு?.."

"பின்னே?.."

“ஒரு நாளைக்கு இட்லி இல்லாட்டா செத்தா போயிடுவோம்....”

அம்சவேணி வேகமாக நகர்ந்து, மெல்லிய இருட்டில் கரைந்து விட்டாள். ஒரு நிமிடம் வரை அவனுக்கு, ஒன்றும் தோன்றவில்லை. அதற்கு பிற்பாடுதான், அவள் சொன்ன அந்த வார்த்தையின் அர்த்த மும் ஆழமும் விளங்கிற்று. சட்டென்று நகர்ந்து விலகிவிட்ட அவளை அவன் மனம் இழுத்துப் பார்த்தது. அப்படியே மூச்சு முட்டிற்று. இவளைப் பார்க்க வினோதமாக இருந்தது. பெருமை பொங்க, முகத்தைக் கவிழ்த்து புன்னகையில் திளைத்தான்.

அம்சவேணிக்கும் குணசேகரனைப் பிடிக்கும், பிடிக்கும் என்று மட்டும் அதைச் சொல்லிவிட முடியாது. அது வேறு, அதை எப்படிச் சொல்வது என்று தெரியவில்லை. ஒரு ஏக்கம், தேடல், தவிப்பு இல்லை ஈர்ப்பு, அதை எப்படிச் சொல்வது? அந்தப் பருவ வயது நிலை என்றால் ‘காதல்’ என்று எளிதாகச் சொல்லிவிடலாம். இது அப்படியல்ல, இது வேறு; மனதின் உணர்வா? உடலின் தேவையா? இது ஒரு வித மன நடுக்கம். நீயும் துணையைப் பிரிந்து இருக்கிறாய்... நானும் அந்தத் துயரத்தில் இருக்கிறேன். ஒரு வகையில் சக பயணி என்ற அந்நியோன்யமா? அப்படி அல்ல இது! இது வேறு!

என் மனம் எதைத் தேடுகிறது? எதற்காக ஏங்குகிறது? எனக்கு இது வேண்டுமே, இது வேண்டுமே, எதற்காக மண்டியிடுகிறது? இல்லை இது வெறும் மயக்கம் மட்டும் தானா? இத்தனை நாட்களாய் உருவமில்லாது வார்த்தை இல்லாது, எது வதைத்துக் கொண்டு இருக்கிறது? என்ன வேண்டும் என்று சொல்லாமல், சொல்லத் தெரியாமல்? ஒன்றும் புரியவில்லை. புரிந்துதான் என்ன ஆகப் போகிறது? இந்தக் கேள்வியையும் மனம் கேட்காமல் இல்லை. கேட்டாகிவிட்டது, நூறுமுறையாவது கேட்டாயிற்று. மனத்தாங்கலோடு இடை வெளியைப் பெருக்கி பெருக்கி, நினைவாலே அவனைக் கூட்டிக் கொண்டே போகிறேன். எதையும் கழிக்க முடியவில்லை.

ஒரு முறை வாய்க்கால் மதகில் ஒரு பொதி அழுக்குத் துணி களைப் போட்டு, துவைத்து, அலசிக் கொண்டிருந்தான் குணசேகரன். குடத்துடன் வந்த அம்சவேணியைப் பார்த்ததும், சற்று சங்கடப்பட்டு நெளிந்தான். அவள் குடத்தை அலச, வாழை நார் தேடி வரும் சாக்கில் அவன் திசையை நோக்கி வந்தாள். அப்போது ஏதோ சொல்லிவிட்டு நகர்ந்தாள். சட்டென்று அவன் காதில் அது விழ வில்லை. அவனுக்கு மட்டும் கேட்கும் குரலில் அதுவும் ரகஸியக் குரலில் சொன்னாள், முழுசும் அவன் காதைத் தொடவில்லை. குணசேகரன் துணிகளை அலசி, உலர்த்தும் போது, அவள் குளித்து, ஈரப்புடவையுடன் குடத்தைச் சுமந்து கொண்டே அவனை நோக்கி வந்தாள்.

“நான் அப்படிச் சொன்னதில் உங்களுக்கு வருத்தமில்லையே...”

“எதுக்க அப்படி கேட்குற?”

“நான் பாட்டுக்கு எதேதோ பேசிப் புட்டேன்”

அவன் சிரித்தான்

“வருத்தமில்லையே”

“.................................”

“என்ன பேச்சைக் காணோம்?”

“வருத்தப்பட்டு என்ன ஆவப் போவுது..”

“நான் பேசியிருக்கக்கூடாது”

“அதெல்லாம் ஒண்ணுமில்லை..”

“ச்சை.. இப்படித்தான் நான் யாரிட்ட என்ன பேசணும் பேசப் படாதுனு..”

“யார் கிட்ட இப்ப என்ன பேசிட்டியாம்?”

“ஒங்கிட்டதான்”

“ஒனக்கு அது தப்பாயிடுதாக்கும்”

“இல்லை சட்டுன்னு பேசிட்டாப்புலெ தோணுது..”

குணசேகரன் பதில் பேசவேயில்லை. அவளோடயே நடந்தான். அவளோடு என்றால் ஜோடி போட்டு அல்ல, சற்று இடைவெளி விட்டுத்தான். ஆனாலும் மன நெருக்கம் கூடித்தான் இருந்தது.

அவளும் குடத்தைச் சுமந்து கொண்டு கூடவே நடந்தாள். வாய் வார்த்தையாக எதுவும் இல்லாவிட்டாலும் மனசுக்குள்ளே பேசிக்கொண்டேதான் நடந்தான். அந்த உரையாடலின் தீவிரத்தை அவன் முகம் காட்டிற்று.

குணசேகரனுக்கு ராசு செட்டியார் பலசரக்கு கடையில் தான் வேலை, பத்து இருபது வருடங்களாக அங்குதான் கிடக்கான். அரை டிரவுசர் போட்ட காலத்தில் இருந்தே அங்குதான், முதலில் ‘சீமத் தண்ணி’ ஊத்தத்தான் அவனை வைத்திருந்தார். படிப்படியாகப் படியேறி பலசரக்குக் கடைக்குள் நுழைந்துவிட்டான். படிப்பும் பலமாக இல்லை என்றாலும் அவன் சுபாவம் பலமாக இருந்தது. இது சிறிசு, இது பெரிசு, இது உசத்தி, இது மட்டம் என்று பிரித்துப் பார்க்கிற கண் அவனுக்கு இல்லை. எல்லாவற்றிற்கும் ஒரே பிரியம் தான். என்னத்தைக் கட்டிக் கொண்டு போகப் போகிறோம், இப்படி இருப்பமே என்று திட்டமிட்டு காட்டுகிற பிரியமில்லை அது! அவன் சுபாவம்; அதனாலே செட்டியார் கடைக்கு மவுசு கூடியது.’

கல்யாணம் காச்சி என்று ஆன பிற்பாடும் அப்படியேதான் இருந்தான். சம்பளம் குறைவு என்று அதில் குறுகிப் போகவில்லை. ஐய்யோ.. இல்லையே.. இல்லையே என்ற பரபரப்புக் கிடையாது. இத்தனை அனுபவத்தைச் சேர்த்து ஒன்றுக்கும் வழியில்லையே என்ற ஏக்கமில்லை, தனியாக ஒரு கடை கண்ணி வைத்து நூறு காசு பார்க்க முடியவில்லையே என்ற எரிச்சல் இல்லை. எவர் மீதும் எரிந்து விழுவதில்லை. விதியை நொந்து விழுந்திடவும் இல்லை,

அவன் சம்சாரம் 'சடவாக' "பை" யைத் தூக்கிக் கொண்டு படியிறங்கிய போதும் அவன் அப்படித்தான் இருந்தான். போகப் போக எல்லாம் சமாதானம் ஆகிவிடும் என்று நாள் கணக்கில், வாரக் கணக்கில், மாதக்கணக்கில் காத்திருந்து ஒன்றும் கூடாத போது, எத்தனையோ சொல்லி சமாதானம் செய்துபார்த்தான். அவள் மனம் இறுகிக்கிடந்தது. சொந்த வீடு இல்லை. நாலு இடம் சுத்திப் பார்க்க வக்கில்லையே என்ற இறுக்கம், அப்படியே நான்கைந்து வருடங்கள் ஓடிப் போயிற்று.

அது அதோட மட்டும் நின்றிருந்தால் பரவாயில்லை. நெஞ்சு இந்த வேதனையைத் தொட்டிருக்காது. இனி இவனைத் திருப்ப முடியாது, திருத்த முடியாது அவள் மனம் திருகிக்கொண்டது. அப்படியே அது வெறி கொண்டு விட்டது. ஒரு உயிரை நசுக்கும் வெறி. அவனைப் பலி போடவேண்டும் என்ற குரூரம். அவள் ஊரில் இருந்து ஒருவன், ஒரு வகையில் அவன் இவளுக்குச் சொந்தக்காரனும் கூட. தள்ளுவண்டியில் கப்பக் கிழங்கு விற்று வருவான். இல்லை என்றால் சீனிக் கிழங்கு, ஏழு எட்டு தெரு சுற்றி அலைந்து களைத்துப் போய் துண்டை உதறிப் போட்டு குணசேகரன் வீட்டுப் படியில் தான் வந்து "உஸ் யப்பாடா" என்று உக்காருவான். அவளிடம், குணசேகரனின் சம்சாரத்திடம் தண்ணியோ, மோரோ வாங்கிக் குடித்துத் தாகம் தணிப்பான். அப்படியே எதாவது பேச்சுக் கொடுப்பான். இவளும் வாய் பார்த்து உட்கார்ந்து விடுவாள். அவனுக்கு வாய் கொஞ்சம் நீளம். ஒன்றைப் பத்தாக்கி விட்டேன், பத்தை நூறாக்கி விட்டேன், என்று அவிழ்த்துக் கொண்டே போவான். அவன் பந்தாவுக்கு பலியாகி விட்டாள். பந்தாவுக்கு மட்டுமல்ல, உண்மைக்கும் நேர்மைக்கும் வலிமை இருக்கலாம் ஆனால் வசீகரம் இருப்பதில்லை. பலவீன நெஞ்சுக்கு அந்த வசீகரம் தானே தேவையாக இருக்கிறது. எல்லாம் எல்லை மீறிப் போய்விட்டது.

அவன் கண்ட காட்சி... திரும்பத் திரும்ப எழும்பி நெஞ்சில் குத்திக் கொண்டே தான் இருந்தது. சந்தேகக் கண் பார்வை அமைதியை இழக்கச் செய்யும். ஆனால் அவன் கண்ட காட்சி.. அவன் வாழ்க்கையை இழந்து விட்டாற் போலவே உள்ளூர உறைந்து போனான். அது பயங்கரமாகவும் அருவருப்பாகவுமே இப்போதும் அவன் மனதில் நெளிந்து கொண்டிருக்கிறது.

இதுவரை வாழ்ந்த ஒவ்வொரு கணமும் ஒரு புதிராகவே மடிந்து விட்டது. அந்தப் புதிரை விடுவிக்க முயலும் ஒவ்வொரு கணமும் அமைதியைக் கெடுப்பதாகவே இருக்கிறது. உடைமை உணர்ச்சி உடைகின்ற போது ஏற்படுகின்ற பெருமூச்சாக மட்டும் இது இல்லை. குணசேகரன் வாடித்தான் போனான்.

அவள் போன பிற்பாடு, ஓடிப்போன பிற்பாடு இனி அவள் இல்லை என்று போன பிற்பாடு, கடிபட்ட மனது கவலையிலும் களைப்பிலும் விழுந்து விட்டது. செட்டியார்கூட ஏதேதோ

சொன்னார். என்ன நினைத்தாரோ ஏது நினைத்தாரோ தனியாகக் கூட கடை போடச் சொன்னார். "நானே கூட அதற்கு தோது பண்ணித்தாரேன்டா" என்று நின்றார். அதைக் கூட அவர் அழுத்த மாகத்தான் சொன்னார். ஒரு கட்டத்தில் அப்படியே இந்தக் கடையை "நீயே வச்சுப் பாத்துக்கடா" என்று கூடச் சொல்லி விட்டார். அது அவனுக்குச் சமாதானம் ஆகவில்லை. கால நகர்வில், அம்சவேணி அவன் கண்ணில் விழுந்தாள். அதுவும் இந்தக் கடையில் வைத்துத் தான். 'வாடிக்கையாளராகத்தான் வந்தாள். பிற்பாடு அடிக்கடி அவள் வருவது வாடிக்கையாகிவிட்டது. அவன் கண் சுழியிலே கிடந்தாள். அவளுக்கும் அப்படித்தான். ஆனாலும் ஒரு நாள் கூட ஒருவர் கனவில் ஒருவர் உதித்ததில்லை. உருவங்களைக் கடந்து உணர்வு நிலையை மனம் எய்திவிட்டதோ என்னவோ? ஆனால் ஒருவரை ஒருவர் எண்ணாமல் இல்லை, அந்த எண்ணத்தில் வலு இருந்தாலும் துணிச்சல் இல்லை. இப்படி ஒருவர் பின்னால் ஒருவர் ஒளிந்து கொண்டு விளையாடுவது, இது விளையாட்டா என்ன? அவரவர் உணர்வு அவரவருக்கு மதிப்பு. இனி என்ன செய்வது? அப்போதிலிருந்து இன்னும் கேள்விக்குப் பதில் தேடிக் கொண்டி ருக்கிறான் குணசேகரன். அலைச்சலில் கிடந்த அவன் மனதுக்கு ஒரு சமாதானம் போல அம்சவேணி வாய்த்தாள். அவன் தேடுவது சமாதானம் அல்ல. பதில் உண்டா இல்லையா என்ற ஒற்றைப் பதில் இல்லை அது... அதைத் தேடித்தான் கண்டறிய வேண்டும்.

"என்ன பேச்சைக் காணோம்?"

"ம்..."

யோசனை பலமா இருக்கும் போல? என்று அவன் முகத்தைப் பார்த்தாள் அம்சவேணி

"ஒண்ணுமில்லை"

"ஒண்ணுமில்லாததுக்கா இம்புட்டு யோசனை.."

"ம்"

கண்டதையும் நெனச்சுக்கிட்டே இருந்தா..? நெஞ்சுதேன் புண்ணாப் போவும்.

"இங்கு மட்டும் என்ன வாழுதாக்கும்"

அவள் குரல் கலங்கிற்று, இடுப்பில் சொருகியிருந்த முந்தானையை எடுத்து, குபுக்கென்று திரண்ட கண்ணீரைக் கன்னத்தைச் சேர்த்து இழுகிக் கொண்டாள்.

குணசேகரன் அவள் முகத்தைப் பார்த்தான்.

சரி வாரேன்.. என்று எட்டை விரைவாகப் போட்டாள்.

குணசேகரன் மெல்ல நடந்தான். அவனைக் கடந்து அவள் போய்க் கொண்டிருந்தாள்.

'கல்கி' – 27-1-2013

❏

நிழல் கூத்து

தண்டபாணி என்னைத் தேடி வந்திருக்கிறார். தண்டபாணி என்று சொன்னால் எத்தனை பேருக்குத் தெரியும்? "தன்னம்பிக்கைத் தண்டபாணி" என்று சொன்னால் தான் தமிழ் கூறும் நல்லுலகத் திற்குத் தெரியும்! பொதுவாக இப்படி எல்லாம் யாருடைய வீட்டிற் கும் போகிறவரில்லை. அதுவும் என்னைப் போன்ற அல்ப ஆசாமி கள்; இப்படித்தான் அவர் என்னை எண்ணியிருந்திருப்பார். அவர் பார்க்கும் பார்வை ஒதுங்கல் எல்லாம் அப்படித்தான் அப்போது தெரிந்தது. சமூக அடுக்குகளில் அவர் மேல் மட்டத்திலும் நான் கடைக் கோடியிலும்! அவர் பார்வையில் இது நியாயமாகக் கூட இருக்கலாம். போகட்டும். எதற்காக இப்போது அவர் என்னைத் தேடிவர வேண்டும். புரியவில்லை. எத்துனை தூரம் யோசனை பண்ணிப் பார்த்தாலும் ஒன்றும் எட்டவில்லை! தண்டபாணிக்கு எங்கள் ஊர்ப்பக்கம் தான். தேனிக்குப் பக்கம். அவருக்கு குச்சனூர் எனக்கு கூழையனூர். பக்கத்து பக்கத்து ஊர்; அந்த உறவுதான் எட்டுக்குப் பிறபாடு என் படிப்பு குட்டுப்பட்டுக் குலைந்துவிட்டது. தண்டபாணி எப்படியோ பி.ஏ. வைத் தொட்டுவிட்டார். ஆனாலும் அரசாங்க ஜோலி ஒண்ணும் ஆம்புடலை. வேலை வெட்டி எதுவும் கிடைக்காமல் ரொம்ப தொந்தரவுப்பட்டுக் கொண்டிருந்தார். ஒரு யோசனையில், மெட்ராஸுக்குப் போய் வாழ்க்கையில் முன்னுக்கு வந்துவிட வேண்டும் என்று பஸ் ஏறினார். பிறபாடு அடுத்த கதிர்அறுப்புக்குப் பொறவு நானும் பொழைப்புக்கு மெட்ராஸுக்கு லாரி ஏறினேன். தேங்காய் மண்டியில் வேலை! தண்டபாணியும் திருவல்லிக்கேணிப் பகுதியில் தான் சுற்றிக் கொண்டு திரிந்தார். அப்போது அடிக்கடிச் சந்தித்துக் கொள்வோம். மெஸ்சுக்கு 'டோக்கன்' போடும்போதோ; பஸ்ஸுக்கு காத்திருக்கும் போதோ சந்திப்பார். சிலசமயம் நானே அவரைத் தேடிப் போவேன். அவரும்

அவ்வப்போது 'கைமாத்து' கேட்டு வருவார், எங்கெங்கோ சுற்றி அலைந்து, ஆளே ஒரு வடியாகப் போய் இருப்பார். அப்போது எங்கும் அலையப் பிடிக்காமல் தெம்பு இல்லாமல் ரூமுக்குள்ளே முடங்கிக் கிடப்பார். திருவல்லிக்கேணி பஸ்டாப் பக்கம் தெருவில் பரத்திக்கிடக்கும் பழைய புத்தகங்களை கோழி கிளறுவது போலக் கிளறி, ஒரு ரூபாய்க்கு 'ரெண்டு' என்று மர்ம நாவல்களை இரவு துணைக்கு தூக்கிக் கொண்டு போவார்.

விடிந்ததும் வாழைப்பழத் தோலை வீதியில் விட்டெறிவது போல வீசி எறிந்துவிடுவார். பிற்பாடு அந்தச் சனியனை வேறு எதற்குச் சேர்த்து வைக்க வேண்டும்.? மனுஷன் காலை நீட்டிப் படுக்கவே தோது இல்லை! திருவல்லிக்கேணியில் அவர் இருந்த வரை அவரோடு நெருக்கம் இருந்தது. அடிக்கடிச் சந்திப்போம். பெரும்பாலும் பணம் கை மாத்தாகக் கேட்டுத்தான் வருவார். எப்பவாவது திருப்பித்தந்து விடுவார் என்று நானும் ஐந்து, பத்துமாகக் கொடுத்து வந்தேன். கடைசிவரை அவரும் தரவில்லை. நானும் கேட்கவில்லை!

பிற்பாடுதான் பத்திரிகைகளில் ஏதேதோ எழுதிக்கொண்டிருந் தார். பெரும்பாலும் துணுக்குச் செய்திகள், அப்புறம் சினிமா நியூஸ்; அந்த நேரம்தான் அன்றைய பாண்டிபஜார் பக்கம் மாற்றிக் கொண்டு போய்விட்டார். அப்புறம் அவருக்கு புஸ்தகம் போட வேண்டும் என்ற ஆசை வந்துவிட்டது! "தலைவர்கள் வாழ்வில்..." "அறியப் படாத அரிய தகவல்கள்" என்று தான் தொடங்கினார். பிற்பாடு தேசியச் சின்னங்கள், தேசிய விலங்குகள் என்று தாவி, உலக அதிசயங் களைத் தொட்டு, உலகச் சினிமாக்களை அறிமுகம் செய்யவும் கொஞ்சம் கையில் காசு புழங்கியது. ஆனாலும் அது நம்பிக்கை தரவில்லை. ஒரு வழியாகத் துவண்டு போய் இருந்த சமயம்தான் ஊர் முழுக்க 'தன்னம்பிக்கை' சுடர்விடத் தொடங்கியது. முதலில் சுய ஊக்கத்திற்காகத்தான் அதுமாதிரிப் புஸ்தகங்களை எல்லாம் வாங்கிப் படிக்கத் தொடங்கினார். ஏழு எட்டுப் புஸ்தகங்களைப் புரட்டியதும், அவருக்குத் தன்னம்பிக்கை துளிர் விடத் தொடங்கிற்று. அங்கொன்றும் இங்கொன்றுமாய் பொறுக்கி புஸ்தகத்தை 'ரெடி' பண்ணிவிட்டார். 'மேகலை' என்ற பிரசுரம் இவரிடம் காசு வாங்கிக் கொண்டுதான் அந்த புஸ்தகத்தைப் போட்டது.

ஆங்கிலப் பழக்கமும் இணையப் பழக்கமும் கூடவும் 'நீங்களும் அதாகலாம், இதாகலாம்..' 'தொட்டதெல்லாம் பணம்..' 'ஒன்றை நூறாக்கலாம்..' 'நூறைக் கோடியாக்கலாம்' 'அள்ள அள்ளப் பணம்.. அளவில்லாத மகிழ்ச்சி' என்று ஏதேதோ எழுதி இவர் கொஞ்சம் பணத்தைப் பார்த்து விட்டார். "உள்ளூரிலிருந்தே உலகத்தை வெல்ல லாம்.. சுண்டு விரலில் வறுமையைக் கொல்லலாம்" "ஒரு கோடு

மட்டும் போடுங்கள் கோடி கோடியாகக் கொட்டும்" என்று எல்லாத் தெருக்கோடியிலும் இவருடைய போஸ்டர்கள்தான் தொங்கின.

'வடக்கு பதிப்பகம்' இவருக்கு பல லட்சரூபாய்க்கு 'செக்கு' வைத்து வரிசையாக இவருடைய நூல்களை வெளியிடத் தொடங்கியது. அதுமட்டுமல்ல தி.நகரில் பெரிய அரங்குகளை 'புக்' பண்ணி, 'தன்னம்பிக்கை தண்டபாணியின்' பேருரை'களுக்கும் ஏற்பாடு செய்தது. புத்தகங்களை வித்துக் குவித்தது. அந்த சலசலப்புக்குப் பிற்பாடுதான் அனைத்து தமிழ் சேனல்களிலும் காலை பதினோரு மணிக்கு (எல்லோரும் ஸ்கூல், வேலை வெட்டின்னு கிளம்பி போன பிற்பாடு) தன்னம்பிக்கை டானிக் விற்கத் தொடங்கினார். இடையிடையே ரசிகர்கள் டெலிபோனிலும் கேட்கும் கேள்விகளுக்கும் சலிக்காமல் பதில் சொல்லிக் கொண்டிருந்தார். இப்படியாகத் தான் தமிழக வரலாற்றில் தன்னம்பிக்கையின் தந்தையாகி விட்டார்' தண்டபாணி.

அதற்குப் பிற்பாடு அவரைச் சந்திக்க வாய்ப்புக் கிட்டவில்லை, ஏனோ தெரியவில்லை. சிறு இடைவெளி விழுந்துவிட்டது. இவர் சொல்லச்சொல்ல எழுதுவதற்காக பெருமாள் என்று ஒரு பையனை வேலைக்கு நியமித்துக் கொண்டார். தி.நகர் ஜீவா பார்க்கிலும், மைலாப்பூர் நாகேஸ்வரராவ் பார்க்கிலும்.. எப்போதாவது செனாய் நகர் திரு.வி.க. பார்க்கிலும் காலை நேரத்தில் இவர் நடந்து கொண்டே, சொல்வதை உதவியாளர் பெருமாள் எழுதிக் கொண்டு இருப்பதாகக் கூட ஒரு பத்திரிக்கை துணுக்கு வெளியிட்டிருந்தது.

பள்ளிக்கூடங்களிலும், கல்லூரிகளிலும் கூட 'ஜெயித்துக் காட்ட'வும், "தடைகளைத் தாண்டவும்" தண்டபாணியைக் கூப்பிட்டார்கள். சிலர் உணர்ச்சி வசப்பட்டு 'என்ன படிக்கலாம் எங்கு படிக்கலாம்' என்பது மாதிரியான கூட்டங்களையும் கூட ஏற்பாடு செய்து, கூட்டமும் கூட்டிவிட்டார்கள். தண்டபாணியும் ஏற்பாட்டாளர்களை நம்பிக்கை இழக்கச் செய்யவில்லை.

மாணவர்கள் தற்கொலை, கணவன் மனைவி தகராறில் மனைவி தற்கொலை, குடும்பப் பிரச்சனையால் மணமுறிவு போன்ற சம்பவங்களை 'சிறப்புப்பார்வை' பார்க்கும் நியூஸ் சேனல்கள் 'தன்னம்பிக்கை தண்டபாணியிடம் அதற்கான காரண காரியங்களையும் தற்கொலை எண்ணங்களைத் தவிர்த்து தன்னம்பிக்கை பெறுவதற்கான வழிவகைகளையும் 'மினி' பேட்டி எடுத்து அதோடு ஒளிபரப்புவதை வழக்கமாகக் கொண்டிருந்தார்கள்.'

கிட்டத்தட்ட நூறு புத்தகங்கள் கணக்கில் வந்துவிட்டது. சில பதிப்பகங்கள் தலைப்புகளை முன்னப் பின்ன போட்டு மீண்டும் வெளியிட்டன. ஒரே செய்திதான் வெவ்வேறு தலைப்புகளில் வெவ்

வேறு தினுசுகளில் வந்தன. சில சி.டி க்களாகவும் வெளிவந்தன. அதுதான் உச்சம்! மிச்சமெல்லாம் வேறு மாதிரிப் போய்விட்டன!

கையில் இருந்த காசை எல்லாம் போட்டு, ஈஞ்சம்பாக்கத்தில் 'தன்னம்பிக்கை பயிற்சி நிறுவனம்' ஒன்றினைத் தொடங்கினார். இதன் மூலம் சமூகத்தைத் தலைகீழாகப் புரட்டிப் போட்டுவிடலாம் என நம்பினாரோ இல்லையோ, குறைந்தபட்சம் கொழுத்த காசை யாவது பார்த்துவிடலாம் என்று நம்பினார். ஒன்றிரண்டு வருடங் களிலே தன்னம்பிக்கையை இழந்துவிட்டார். மீடியா வெளிச்சமும் இவரை மிதித்துத் தாண்டிச் சென்றுவிட்டது. ஏறக்குறைய முக்கால் இருட்டில் மூழ்கிக் கிடப்பது போலத்தான் ஆயிற்று. இதுவரை தான் அவரைப் பற்றி நான் அறிந்தது. கடந்த சில வருடங்களாக அப்பேர்ப்பட்ட ஒருவர் இருந்தார் என்பதற்கான அறிகுறியே தட்டுப் படாத ஒரு நிலையில்தான் தண்டபாணி என்னைத் தேடி வந்திருக் கிறார். மனசு கேக்காமல் அவர் முன்பு குடியிருந்த திருவான்மியூர் வீட்டிற்குச் சென்றேன். அவர் அங்கு இல்லை என்றும் பெருங்குடி பக்கம் கந்தன்சாவடியில் இருக்கிறார் என்றும் சொன்னார்கள். விலாசம் வாங்கிக் கொண்டு போனேன். ஒரு நடுத்தரத்திற்கும் சற்று குறைவான ஒரு வாடகை வீட்டில் இருந்தார். என் ஸ்கூட்டர் சப்தம் கேட்டதும் வாசலுக்கு வந்தார். பழைய பொலிவு இல்லை!

"வாப்பா.. வா .. சோமு.."

"திருவான்மியூருக்கு போய்ட்டு வந்தேன்ணே"

"ப்சு, அதான் போயிடுச்சே, அத வித்துத்தானே ஈஞ்சம்பாக்கத் துல போட்டுச்சு.."

"இப்ப எப்படி இருக்கீங்க?"

"ஏதோ! இருக்கு!"

"இது வசதியா இருக்கா!"

"வாடக தானே! கொஞ்சம் தூரம், பஸ்ஸை விட்டு எறங்கி நடக்கணும்."

"கார் வச்சிருந்தீக?"

"அது பாப்பா கல்யாணத்தப்பவே கொடுத்துட்டோம்"

"சமாளிக்க முடியல"

அப்படியா!

"அங்கிட்டு வாடகைக்குப் பயந்து இங்குட்டு வந்தா இங்கிட்டும் அந்த அளவுக்குச் சொல்றான்"

சப்தம் கேட்டதும், வீட்டிற்குள் இருந்து அவர் சம்சாரம் வந்து 'வாங்க' என்று எங்கோ சோகையாக பார்த்துவிட்டு நகர்ந்தது. முதுகு காட்டி நகர்ந்த அந்த அம்மாவை அவரின் குரல் இழுத்தது.

"கமலா, இது யாரு தெரியுமா?"

"பாத்தாப்புலெ தெரியுது"

"நம்ம ஊர்ப் பக்கம்தான். கூழையனூர்"

"முன்ன ஒரு தரம் சொன்னீகளே, தேங்கா மண்டியிலெ இருக் காப்புலைன்னு..."

"அது அப்ப, இப்ப ரியல் எஸ்டேட் ஓனராக்கும்."

"பெரிய ஆளாயிட்டாப்புலெ."

"அப்படி எல்லாம் இல்லெண்ணே!"

"இருப்பா, நல்லா இருப்பா, இப்ப எங்க புராஜெக்ட் ஓடுது?"

"ராம் நகர்ல ஒண்ணு முடிச்சோம்! அப்புறம் கோகிலம் பாக்கம், அடுத்து முகலிவாக்கத்துல ஸ்டார்ட் பண்ணப் போறோம்."

"பெரிய புராஜெக்டா?"

"நம்மதெல்லாம் சிறிசு தானே! நாலு வீடு, ஆறு வீடுன்னு தான்னே. கையளவுக்கு பண்ணிக்கிறது தான்."

"அதான் நல்லது! நமக்கு ஏதுனா செட்டாச்சுன்னா சொல்லு....."

"பண்ணிக்கலாம்"

"கமலா, டீ இருந்தா கொண்டா! சுகர் போடலாமுல்லே?"

"கடவுள் புண்ணியத்துலெ அந்தத்தொந்தரவு எல்லாம் கெடை யாது!"

"நல்லது, நமக்குத்தேன் சுகர் கூடிப்போச்சு! காலு வேற அடிக்கடி வீங்கிக்கிடுது. பட்டுனு உக்கார முடியலெ, எழுந்திருக்க முடியலெ....."

"இப்ப எழுதுறது இல்லையாண்ணே?"

"முன்ன மாதிரி இல்லெ. அப்ப அப்பத்தேன். அலைய முடியலெ!"

"டிவி லெ எல்லாம் பார்ப்போம்."

"அடுத்த வாரம் கூட ஜெயா டிவிலெ ஒரு சூட்டிங் இருக்கு" என்று உயிர் இல்லாமல் சொன்னார்.

"அண்ணே! தேடி வந்தீகன்னாக..?"

"ஆமாப்பா. சும்மா பார்த்துட்டு போகலாமேன்னுதேன்"

அதற்குள் டீ வந்துவிட்டது. அவர் மனைவி டீயை வைத்து விட்டுச் சற்று நேரம் நின்றிருந்தார். தண்டபாணி ஒன்றும் பேச வில்லை. நானும் பார்வையை வேறு திசைக்குத் திருப்பினேன். தடித்த அந்த அமைதியை அதிகநேரம் தாங்க முடியாமல் பேச்சை திசை திருப்பினேன்.

"பிள்ளைங்க எல்லாம்?"

"பாப்பாதேன் மூத்தது; அதோ, அந்த போட்டாவுல இருக்கு பாரு... நீ பாத்ததில்லை....!"

"சிறிசுலெ பாத்தது..."

"பெங்களூருலெ இருக்கா. மாப்பிள்ளை டீசிஎஸ் லெ இருக்காரு. என்னத்தவோ அவ பாடு தொந்தரவு இல்லை. பையன் தேன் இன்னும் செட்டில் ஆவலை....."

"என்ன முடிச்சிருக்காப்புலெ....!"

"விஸ்காம். லயலோவுலெதேன் முடிச்சான். அவனும் அலையு றான். ஒண்ணும் திகைய மாட்டேங்குது.. குடும்பத் துலையும் ரெம்ப செரமமாப் போச்சு.."

"ம்"

இதுவரை அமைதியாக இருந்த அவர் சம்சாரம் "இவருக்கு முன்னமாதிரி இல்லை. ஏழு எட்டு பொஸ்தகம் இவரே போட லாம்னு அச்சடிச்சு அம்புட்டும் அடைஞ்சு கிடக்கு. விக்கிறதுக்கும் வழி இல்லாம லைபிரேரிக்கும் தள்ளிவிட முடியாம முடங்கிப் போச்சு! பேசாம முன்ன மாதிரி எவன்கிட்டயாவது கொடுத்துப் பிட்டுட்டு, உண்டானதை வாங்கிட்டு இருந்திருக்கலாம்.

எவனோ சொன்னான்னு காச அள்ளிப் போடலாம்னு கையச் சுட்டிக்கிட்டாரு. கைகாச போட்டு அச்சடிச்சு, அதுவும் ரெண்டா யிரமா அடிப்பாங்க? எல்லாம் கரையான் திங்குது. உள்ளதும் போச்சு லொள்ள கண்ணாங்குற கதையாவுலெ ஒக்காந்தாச்சு!

"சரிம்மா என்ன செய்யுறது! நீ போய் வேலையைப் பாரு."

"எதுக்கு நமக்கு இந்த வேலை?"

"என்னமோ ஆயிப்போச்சு"

"ஒரு ஆளுப் பேரு வந்தாக்கூட இந்த வூட்டலெ இருக்க முடியலெ. பாப்பா வீட்டுக்காரர் இங்க வரனும்னா ரெம்ப சங்கடப் படுவார்."

"ப்சு"

டீ குடித்துவைத்த டம்ளர்களை எடுத்துக்கொண்டு அந்த அம்மா சென்றதும் என் முகத்தைப் பார்த்து சங்கடத்தோடுச் சிரித்தார் தண்டபாணி.

"சோமு, கொல்லிமலைக்கு எப்படிப் போறது? நீ அடிக்கடி போவயே.."

"அடிக்கடி எங்க போறது! எப்பவாச்சும் போவேன். நாமக்கல் போய் அங்கிருந்து போகணும்."

"போகலாமா?"

"என்ன விசேஷம்ணே?"

“ஒரு நடை போயிட்டு வரனும்”

“அரப்பளீஸ்வரர் கோயிலுக்கா?”

“ம்ஹிம்”

“பின்ன அரசெலவுச் சாமான் வாங்கவா”

“சொல்றேன்”

“போய்ட்டு வரனும்”

“ம் போகலாம். திருச்சி வரை ட்ரெயின். அப்புறம் நாமக்கல்லுக்கு பஸ். அங்கிருந்து கொல்லிமலை”

“எப்ப போவலாம் சோமு?”

“போகலாம்”

“அடுத்த வாரம்?”

“சரி”

“நாம ஒரு சாமியாரைப் பாக்கணும்”

“சித்தரா?”

“சித்தர் இல்லை இவர்; ரெம்ப பவர் ஃபுல்; இந்த மாசம் ஆன்மீக மலர் பாத்தீன்னா புரியும்.”

“நீங்க அவரப் பாத்திருக்கீங்களா?”

“ம்ஹும்! கேள்விப்பட்டது தான் ரெம்பச் சொல்றாங்க”

“இதுலெ எல்லாம் நம்பிக்கை உண்டாண்ணே?”

“போயிட்டு வரலாம்ணு தோணுது. ஒரு நிம்மதி, தெளிவு கிடைக்கும், அம்புட்டுத்தேன்.”

“அங்க அரப்பளீஸ்வர் கோயிலும் ரெம்ப பிரசித்தி பெற்றது”

“ம் போவோம்”

“நான் போயிருக்கேன். பவுர்ணமிக்கு விஷேசம்!

“அந்தச் சாமியாரை ரெம்ப சொல்றாங்க”

“அப்பிடியாண்ணே!”

“டிக்கெட் போடட்டுமா சோமு?”

“நா வேணும்னா நெட்டுல போட்டுர்றேன்!”

“முடியுமா?”

“ம் போட்டுர்றேன்”

“அங்க மிளகு; பட்டை அரசெலவுச் சாமான்கள் சீப்பா கிடைக்கும்”

“பாக்கலாம். சாமியாரைப் பாத்திட்டாப் போதும் சோமு!”

“அருள்வாக்காண்ணே?”

“இல்லே! இவரு வேற. அவரு பார்வை பட்டால் போதும்”

“பணம்?”

“அதெல்லாம் இல்லைன்னாங்க, போய்ப் பார்ப்போம். ஒனக்கும் நல்லது நடக்கட்டும்”

“இப்ப சாமியார்ன்னாலே ஒரு மாதிரித் தான் பாக்கறாங்க”

“ச்சே..ச்சே நீ வந்து பாரேன். பெரிய பெரிய ஆட்கள் எல்லாம் போயிட்டு வர்றாங்க..”

ஒப்பனையற்ற கொல்லிமலையின் அழகு யாருக்குத்தான் பிடிக்காமல் போகும். எந்த திசையில் சென்றாலும் அருவிப்பக்கம் போய் நிற்கிறார்போலவே ஒரு சிலிர்ப்பு! பலா வாசனை, பால் ஒழுகிப் பிசுபிசுத்து நிற்கும் மரங்கள், அடர்ந்த நிழலும் இளவெயிலும் கூடவே நடந்து வருகிறது. ஆள் நடமாட்டமே இல்லை. இனம் தெரியாத பறவைகளின் ஒலி; சன்னமான இலை, கிளை அசைவுகள், பழுது படாத இயற்கை அழகோடு கொல்லிமலை இருந்தது. அரப்பளீஸ்வரர் கோயிலில் ஆள் நடமாட்டமே இல்லை. கூட்டிப் பெருக்கிச் சுத்தம் செய்திடாத வாசல், இலை தழைகளால் நிரம்பிக் கிடக்கும் கோயில் பிரகாரம்! கோயிலுக்குக் கீழே இரண்டு கிலோ மீட்டர் தூரம்; ஒடுக்குப்பாதை சரசரவென்று கீழே இறங்கியது; அதற்குப் பிற்பாடு சின்ன ஓடை! ஓடையை ஒட்டிய சிறு நந்தவனம். செயற்கையாக உருவாக்கப் பட்ட நந்தவனம்; தென்னை ஓலையாலும் பனை ஓலையாலும் வேயப்பட்ட இரண்டு குடில்கள், வாகனங்கள் நிறுத்த ஒரு தகர செட். எல்லோரும் அந்த ஓடையிலே குளித்து விட்டு பூ, பழங்களுடன் குடில் வாசலில் காத்திருந்தனர். பெரிய கூட்டம் என்று சொல்ல முடியாது. கூடியிருந்த கூட்டத்திடம் பணக்காரக் களை தெரிந்தது. பெரிய இடத்து ஆசாமிகள் என்ற பகட்டு தெரிந்தது. ஆனாலும் எல்லோரும் பம்மிக் கொண்டு பயபக்தி பொங்கத்தான் திரிந்தார்கள்.

“சாமியைப் பாக்கனுங்களா?”

“ஆமா”

“பூ, பழம் எதுனா கொண்டாந்திருக்கீகளா?”

“இங்க கிடைக்கும்னு வந்துட்டோம்”

“இப்பதான் முதல் தடவையா வர்றீங்களா?”

“ஆமா”

“அரளிப் பூ இருக்கு; ஒரு சீப் வாழைப் பழம் வாங்கிடுங்க”

“எவ்வளவு?”

"பூவுக்கு எதுவும் வேண்டாம். ஒரு டசன் பழம் பத்து ரூபா மட்டும் கொடுங்க"

"சாமிக்கு காணிக்கை?"

"அதெல்லாம் இங்க கிடையாது!"

"கிடையாதா!"

"ஒரு செம்பு தண்ணி மட்டும்தான். செம்பு இங்கயே தரு வாங்க....."

"பாட்டில் கொண்டாந்தீகளா?"

"ம்ஹீம்"

"கொண்டாரணும். அப்புறம் எப்படி தீத்தம் கொண்டு போவீக; பாட்டில் இங்க வாங்கலாம்"

"தருவாக..."

"அடுத்த பௌர்ணமிக்கு ரஜினி வர்றார்."

"ரஜினியா?"

"ம்; சத்திய நாராயணா வந்து பாத்துட்டுப் போயாச்சு"

தண்டபாணி என் முகத்தைப் பார்த்தார். நானும் ஏதோ அதிர்ஷ்டம் என் மீது விழுந்துவிட்டாற்போல், சந்தோசம் பொங்க அவரைப் பார்த்தேன்!

"போன பௌர்ணமிக்கு எடியூரப்பா வந்துட்டுப் போனார்"

"எடியூரப்பாவா?"

"கர்நாடக முதல்வர்!"

நாங்கள் ஆச்சரியமாகப் பார்த்தோம்.

"வந்துட்டீகள்லெ, நீங்க நெனச்சது நடக்கும்."

"ஒண்ணும் வாங்காம வந்துட்டோமே"

"ஒண்ணும் வேண்டாம்; அப்பேர்ப்பட்ட சாமி இல்லை இவர். நீங்களே போய் நூறு பேர்ட்ட சொல்லுவிங்க..."

"பொஸ்தகத்த பாத்துத்தேன் தெரியும்"

"ரெம்ப பேருக்குத் தெரியாது"

"சாமீ எந்தூரு, கர்நாடகாவா?"

"தமிழ் தான்"

ஒரு மணி நேரக் காத்திருப்பிற்குப் பின் அழைப்பு வந்தது. குடிலுக்குள் போனோம்; அரளி மாலையும் ஒரு சொம்பு தண்ணீரும் சுமந்து கொண்டு உள்ளே நடந்தோம். அந்தக் குடிலுக்குள் அடர்ந்த இருட்டு தேங்கிக்கிடந்தது! ஒரு நெய் விளக்கு! அந்த விளக்கின்

பாரதிபாலன் ◆ 105

வெளிச்சம் மட்டும் ததும்பிக்கொண்டிருந்தது. காவித் திரையில் அந்த வெளிச்சம் பட்டு செந்நிறமாக ஜொலித்துக் கொண்டிருந்தது. சுமக்க முடியாத கனத்த அமைதியை அந்த குடில் சுமந்து கொண்டி ருந்தது. அரளிப் பூ வாசமும் ஊதுபத்தி வாசமும் ஒரு விதமான மன நிலையைத் தோற்றுவித்தது. உடம்பும் மனசும் ஒரு விதமான பரபரப்பைத் தொட்டது! சாமியார் உயரமான மரப் பீடத்தில் உட்கார்ந்து இருந்தார். இளம் வயதுதான்! அடர்ந்த தாடியும் நீண்ட கூந்தலுமாகத் தடித்த உருவம், காவி உடைக்குள் தளதளவென் றிருந்தது. தண்டபாணி அந்தச் சாமியாரைக் கூர்ந்து பார்த்தார். எதையோ தேடும் பார்வை. சட்டென்று நெருப்பில் கால் பட்டு விட்டாற்போல் அதிர்ந்து நின்றார். அந்தப் பதட்டத்தில் செம்புத் தண்ணி அலம்பித் தெறித்து அந்த அமைதியைக் குலைத்தது! ஒரு கணம் சாமியாரும் தண்டபாணி முகத்தைப் பார்த்தார். ஒரே ஒரு கணம் தான், திசையைத் திருப்பிக் கொண்டார். தண்டபாணி தான் திகைத்து திகைத்து அவரையே பார்த்துக் கொண்டிருந்தார். ஏதோ சொல்ல வாயெடுத்தார். சட்டென்று கை வழுக்கி அரளி மாலை யை அவர் காலடியில் போட்டுவிட்டு ஒரு வித அவசரத்தோடு குடிலை விட்டு வெளியேறினார்.

“என்னண்ணே?”

“வா, சொல்றேன்”

“என்னாச்சு?”

“இது யாரு தெரியுமா?”

“சிவமணிஸ்வாமிகள், கொல்லிமலை சுவாமிகள்னு சொன்னீங்க?”

“இல்லெ...!”

“இல்லையா!”

“அதான், ஆனா வேற, அங்கிட்டுப் போய் பேசலாம்...”

வெளியே சிவமணிஸ்வாமிகள் படமும் ஒரு பிளாஸ்டிக் குப்பி யில் தீர்த்தமும் கொடுத்தார்கள்.

தண்டபாணி பரபரப்புடன் ஒதுங்கி விரைந்து நடந்தார்.

“அது யாருன்னு தெரியுமா சோமு?”

“சாமியாரா?”

“ம்”

“யாரு..?”

“மெட்ராஸ்லெ என்கிட்ட தான் வேலை பார்த்தான், ஃப்ரூப் ரீடர்....”

“அப்படினா?”

“புஸ்தகம் போட்டோம்லெ, அச்சுப் பிழை திருத்தித் தருவான். கூலி வேலை மாதிரிதான்.”

“நிஜமாவா?”

“ஆமா பேரு சிவமணிதான். சேலத்துக்காரன். ரெம்ப அலை பட்டான். இப்ப என்னடான்னா! நம்ப முடியலெ!”

“நல்லா பாத்தீகளா?”

“எனக்குத் தெரியாதா?”

“ஒண்ணும் பேசலை?”

“இந்த நிலையிலெ என்ன பேசுறது? ஒரு மாதிரி ஆயிடுச்சு”

“முன்னாடி தெரியாதா?”

“பத்திரிகை படங்கள்லெ வேற மாதிரி தெரிஞ்சது.”

“நேர்லெ பாக்கவும்தான்!.”

“சரி; அதுக்கு என்ன செய்யுறது!”

“எனக்கு நம்பவே முடியலெ.”

“கூட்டமும் வருதே...”

“எனக்கு மனசே ஆறமாட்டேங்குது!”

“கத மாதிரித்தேன் இருக்கு....”

“என்னா நடக்குதுன்னே புரியலெடா!''

“அதிர்ஷ்டம் தான்.”

“இப்படியாடா, எனக்கு மனசே தாங்கலடா! எவன்கிட்ட யாவது சொன்னா நம்புவாங்களா?”

“இதெல்லாம் நம்மூர்லெ சகஜம் தானே!”

“இவனெல்லாம் எப்படிச் சாமியார் ஆனான்!”

“நீங்க தன்னம்பிக்கை டாக்டர் ஆனாப்புலெதேன்....”

சட்டென்று சொல்லிவிட்டேன். தண்டபாணி மிதிபட்டு விட்ட அதிர்ச்சியில் என்னைப் பார்த்தார். என்ன செய்வது? சில நேரங் களில் இப்படித்தான் ஆகிவிடுகிறது!

‘குமுதம் தீராநதி’ – பிப்ரவரி 2013

❑

கோயில்மாடு

குள்ளச்சாமி வாத்தியாருக்கு உசிரே அவர் வளர்க்கும் மாடுகள் தான். எப்போதும் அவர் தொழுவம் நிறைந்திருக்கும்! பதினெட்டு, பத்தொன்பது மாடுகள். இப்போது அப்படியில்லை. சந்தைப்புல்லை, மயிலம்புல்லை, அழுக்கு வெள்ளை, செம்மயிலை, ரெசம்புல்லை, கருமயிலை என்று ஆறோ, ஏழோ தான்! செல்லாயி அம்மன் கோயிலுக்கு ஒண்ணும், பகவதி அம்மன் கோயிலுக்கு ஒண்ணும் நேந்து விட்டார்! அந்த ரெண்டு கோயில் மாடுகளும் தான் இந்த சுத்து பத்தில் பிரபலம்!

குள்ளச்சாமி வாத்தியாரை 'மாட்டு வாத்தியார்' என்று சொல்வார்கள். அப்படித்தான் அவர் அந்த ஜில்லாவில் அறியப்பட்டார். ஆளும் ஒன்றும் தாட்டியமானவர் என்று சொல்ல முடியாது. குட்டைதான். கட்டையான தேகம்! அவர் கண்களிலும் நடையிலும் ஒரு வேகம். எப்போதும் துள்ளலும் துடிப்புமான வேகம்; எப்போதும் மாடுகளோடுதான். பழக்கம் வழக்கங்களும் அப்படியே! இதை அவர் ஒரு தொழிலாகச் செய்யவில்லை. ஒரு பிரியம். எதையும் ஒரு பிரியத்தோடு செய்கிற போது அதன் குணமே மாறிவிடுகிறது! இந்த மனுஷப் பிறவிக்கும் இப்படி எதுலையாவது பிரியத்தைக் கொட்டிக் கொண்டிருக்க வேண்டியதாகத் தான் இருக்கிறது. ஒரு காலத்தில் இந்தப் பள்ளிக்கூடத்தின் மீதும் அவருக்கு அலாதிப் பிரியம் இருந்தது. பார்வதி டீச்சர் சம்பவத்திற்குப் பிற்பாடு அது அப்படியே வடிந்து விட்டது! ஆனாலும் கடமை தவறாதவர் என்ற பேர் உண்டு!

இந்தப் பள்ளிக்கூடத்தைக் கட்டுவதற்கு, குள்ளச்சாமியின் பாட்டனார்தான் இந்த இடத்தைத் தந்தார். ஊருக்கு கிழக்கே, ஊரடித் தோட்டத்தின் முகப்பு அது. எப்படியும் ஆறு ஏக்கர் தேறும். அப்படியே கொடுத்து விட்டார். ஊரை ஒட்டினாற்போல் தெரு முக்கில் பள்ளிக்கூடம். தோதாகப் போய்விட்டது. பின்னாடி

தோட்டம். குள்ளச்சாமி வாத்தியார் வகுப்பு ஜன்னலைத் திறந்தால் தொழுவம் தெரியும்! தொழுவத்தை ஒட்டினாற்போல் தோட்டத்தில் தான் அவருக்கு வீடு. புங்கை மரமும் புளிய மரமும் நிற்க நடுவில் ஒரு காவாய் ஓடும். அதற்கு கிழக்கேதான் வீடு.

வீடு என்றால் ஒத்தக்கல் செங்கல்லில் நீளமாகக் கட்டப்பட்டு, ஒரே ஒரு தடுப்போடு, முன்பகுதி தென்னை ஓலையாலும், பின்பகுதி சீமை ஓடாலும் வேயப்பட்டது. எப்போதும் பசுமை வாசமும், ஈரப் பிசுபிசுப்பும் கூடியே இருக்கும். இப்பால் சற்று நகர்ந்து வந்தால் மாட்டுக் கோமியமும், சாணமும் மக்கிய வைக்கோலும் அதுவும் கூட ஒருவிதமான, மனதை ஈர்க்கும் சங்கதியாகவே இருக்கும். ஆக்கிப் போட சுப்பாத்தாக் கிழவி, மாடுகளைக் கவனித்துக் கொள்ள ஒச்சாத்தேவர்! குள்ளச்சாமி வாத்தியாருக்கு எப்படியும் ஐம்பதுக்கு மேல் இருக்கும். ஆள் நல்ல குள்ளம். அதனாலோ என்னவோ வயதைக் கணிக்க முடியவில்லை, என்றாலும் ஏதோ ஒரு முக வாடலும், மீசை நரையும் அவரைக் காட்டிக் கொடுத்துவிடும். கல்யாணம் வேண்டாம் என்று ஒதுங்கிக் கொண்டார். அவர் அப்பனும் ஆத்தாளும் அந்த ஏக்கத்திலே போய்ச் சேர்ந்து விட்டார் கள். அவருக்கு கல்யாண ஆசையெல்லாம் இல்லாமல் இல்லை. எல்லாம் அந்த பார்வதி டீச்சர் சம்பவத்திற்குப் பிற்பாடுதான் மனசு முத்திவிட்டது!

குள்ளச்சாமி வாத்தியார் அவருக்கான உலகத்தை, அவரே உருவாக்கிக் கொண்டார். பள்ளிக்கூடம், அதை விட்டால் இந்த மாட்டுக் கூடம். பரீச்சை சமயங்களில் தான் அவர் மனசு பள்ளிக் கூடத்தின் மீது, அதீதமாகக் குவியும். பரீச்சைக்கு ஒரு மாசம் முன்னாடியே அவர் வீட்டில் களை கட்டிவிடும். பெரிய தார்பாய் வாங்கி, முற்றம் முழுசும் விரித்துவிடுவார். வாடகைக்கு இரண்டு டியூப்லைட் வாங்கி, புங்கை மரத்தில் ஒன்றும், புளிய மரத்தில் ஒன்றுமாகக் கட்டி, வெளிச்சத்தை உண்டு பண்ணிவிடுவார். இரவுச் சாப்பாடும் நல்இரவு கடுங்காப்பிக்கும் வசதி பண்ணி விடுவார். சமையல்காரர் வயல்பட்டிப் பிள்ளை, அந்த ஒரு மாசமும் அவர் வீட்டிலே தங்கி விடுவார். ஒரு வருசப் படிப்பு அந்த ஒரு மாசத்தில் நிறைவடைந்து விடும். அதிலே உசுராக இருந்து எல்லோரையும் உருப்படி பண்ணி விட்டு விடுவார். மற்றபடி அவருடைய பொழுது முழுவதும் அந்த மாடுகளோடு தான் பொன்னாகும்!

வாத்தியார் கோயிலுக்கு விட்ட இரண்டு மாடுகளுமே நல்ல உயரம். உயர்ந்தோங்கிய கொம்புகள்! கொழுகொழுவென்று திமிறிக் கொண்டு இருக்கும். சிமிலி, பகவதியம்மாள் கோயில் மஞ்சு விரட்டில், கழுத்தில் பரிவட்டம் கட்டி கொம்புக்கு வண்ணம் தீட்டி, செவ்வந்தி மாலை சூடி, சிங்காரித்து கால் சலங்கை ஒலிக்க கம்பீரமாக வரும்.

உருவம் தான் அப்படி, அதனிடம் அத்தனை ஊக்கம் இருக்காது. வேகமோ, சீற்றமோ இல்லாமல் தலையை மட்டும் உதறிக் கொண்டு இருக்கும். கொஞ்சம் முயன்றால் எந்த எளந்தாரிப் பயலும் அணைந்து விடக் கூடியதுதான் என்றாலும் 'கோயில் மாடு' என்பதால் சும்மா தொட்டுவிட்டு விடுவார்கள். ஆனால் குள்ளச்சாமி வாத்தியாரின் சல்லிக் கட்டுக் காளை அப்படியில்லை. படுஜோலி பண்ணிவிடும். அதற்காகவே அதை வளர்த்தார். எத்தனை ஊக்கம், எத்தனை சீண்டல், சீற்றம். முத்தாலம்மன் பொட்டலில் ஓட விடுவதும், பரமத்தேவர் கிணற்றில் இறக்கி நீந்த விடுவதும், குளத்துக் கரையோரமாகவே ஓட்டமும் நடையுமாக பயிற்சி பண்ணுவதுமாகவே கிடந்தார்.

பருத்திக் கொட்டை ஆட்டி ஆட்டி ஊத்துவார். ஒரு முழு வாழைத்தாரை பழுக்கவைத்து, சீப்பு சீப்பாகத் திண்ணக் கொடுப்பார். பச்சரிசியை ஆட்டி ஊத்துவார். ஊர் ஊராகச் சந்தைக்குப் போய் ஏதேதோ தானிய வகைகளை வாங்கிக் கொண்டுவந்து, விடிய விடிய ஆட்டொரலில் போட்டு ஆட்டி, எண்ணெய் டின்னில் போட்டு வைத்துக் கொண்டு கொடுப்பார். இதுதான் அவருக்கு முழுநேர வேலை என்பது போலவே செய்து கொண்டிருந்தார். இதைப் பராமரிப்பதற்கும் பயிற்சி கொடுப்பதற்கும் ஓச்சாத்தேவரை கூடவே வைத்துக் கொண்டார், அவரும் எப்போதும் அந்த மாட்டோடே கிடப்பார். தினசரி ஆத்துக்கு குளிக்கக் கூப்பிட்டுப் போய் குளிப்பாட்டி விட்டு, வீட்டிற்கு வந்து தண்ணீ காட்டிவிட்டு அப்புறம் மேய்ச்சலுக்கு அவுத்துவிட்டு பிடித்துக் கட்டுவார். ஓச்சாத் தேவர் போதாது என்று அப்பிபட்டி, பாலார்பட்டி, ஐயம்பட்டி என்று ஆட்கள் வந்து 'கோளாறு' சொல்லி விட்டுப் போவார்கள். ஏதோ ஒரு வேகம், ஆர்வம், முழுக் காசையும் நேரத்தையும் அந்த சல்லிக்கட்டுக் காளைக்கே கொட்டினார்.

அந்தச் சுற்றுவட்டத்திலே குள்ளச்சாமி வாத்தியாரின் காளை தான் ரொம்ப பிரபலம். அந்தக் காளையைப் பார்ப்பதற்கே அசலூர்களில் இருந்தெல்லாம் ஆட்கள் வருவார்கள். தோட்டத்தை விட்டு ஊர் பக்கம் ஓட்டி வரவே மாட்டார்கள். எப்போதாவது குசத்தெரு வழியாக வந்து, பள்ளிக்கூடத் தெருவைக் கடந்து, நடுத் தெருவைக் கடந்து, பகவதியம்மா கோவில் வாசல் வரை ஓட்டி வந்து திருப்புவார். அப்போது எல்லோருக்கும் ஊருக்குள் யானை வந்த குதூகலம் கூடி விடும். குள்ளச்சாமி வாத்தியாரின் அந்த ஜல்லிக்கட்டுக் காளையைக் கண்டவுடனே அந்த ஊருக்கு ஒரு திருவிழாக்களை வந்துவிடும்!

ஏறக்குறைய ஒரு மாதிரித்தான் இருக்கும் அந்தக் காளை. கறுப்பும், வெள்ளையும் கலந்து ஒரு விதமான நிறம்! கொழு கொழுவென்று, உடம்பெல்லாம் ஒரு மினுமினுப்பு. அந்தக் காளை நடக்கும் போது உடம்பெல்லாம் ஒரு அலையடிக்கும். பளபளப்பாக, நீண்ட கொம்புகள், கோபுரம் போல உயர்ந்து கூர்மையாக நிற்கும்; கொழுத்து

சரிந்த முதுகுச் சிமில். எப்போதும் வெறி கொண்ட பார்வை! மூக்கணாங்கயிறும், கழுத்துப்பட்டையுமாகத் தாம்புக் கயிறு போட்டு ஓட்டி வருவார்கள். முறுக்கேறிய தாம்புக் கயிற்றை இடமும் வலமு மாகப் பிடித்துக் கொண்டு ஒச்சாத்தேவரும், குள்ளச்சாமி வாத்தி யாரும் தான் பிடித்து வருவார்கள். அவர்களுக்கு கட்டுப்பட்டாற் போல் நடந்து வந்தாலும் அதன் பார்வையிலும் நடையிலும் ஒரு சீற்றம் இருக்கும். அதுவும் ஜல்லிக்கட்டு நடக்கும் போது, பார்க் கணுமே, அய்யம்பட்டி, பல்லவராயன்பட்டி காளைகளுக்குச் சம மாகத்தான் குள்ளச்சாமி வாத்தியாரின் காளையையும் பேசுவார்கள். அந்தச் சுற்றுப்பட்டி தொட்டியெல்லாம் இந்தக் காளை பிரபலம். அலங்காநல்லூர் வரை இந்தக் காளை அறியப்பட்டிருந்தது, எத்தனையோ வாடிவாசல்களைக் கண்ட காளைதான்!

பார்வதி டீச்சருக்குக் கல்யாணம் ஆன புதுசு! தலைப் பொங்கல்! புருஷன் ரிசர்வ் போலீஸ். புருசனோடு ஊருக்கு வந்திருந்தாள். ஊரே மாய்ந்து மாய்ந்து பேசியது. அவன் அப்படித்தான் இருந்தான். படம் போட்டாற்போல் கச்சிதமான உடல்கட்டு. அவன் அழகும் பலமும் பார்க்கின்றவர்களின் நெஞ்சத்தைத் தாக்கிற்று. கொஞ்சம் நிறமும் கூடுதல்தான். நல்ல பலசாலி போல இருந்தான். பேச்சும் முடிவெட்டும் கிராப்பும். அந்த ஊருக்கு இதெல்லாம் புதுசு. படித்தும் வேறு இருக்கிறான். போலீஸ் உத்யோகம் வேறு. நடுத்தெரு, கிழக்குத் தெரு, வடக்குத் தெரு இளவட்டங்களும் நடு வயசுக்காரர்களும் அவனை ஏக்கத்தோடும், பொறாமையோடும் பார்த்தார்கள். வலியப் போய் பரிச்சையம் பண்ணிக் கொண்டார்கள். ஒரு போலீஸ்காரர் சகவாசம் எதற்கும் இருக்கட்டுமே! நம்ம ஊர்ல எத்தனை பயக இருந்தும் ஒருத்தனுக்குக் கூட இப்படி ஒரு யோகம் இல்லையே என்ற ஏக்கமும் கூடிற்று!

“நான் மாடு பிடிக்கப் போறேன்..”

“மாடா? பார்வதி டீச்சர் புருசனை வியப்போடு பார்த்தாள்.

“ம் உங்க ஊர் ஜல்லிக்கட்டில்”

“வேண்டாம், அதெல்லாம் வேண்டாம்...”

“ஏன் பிடிக்க மாட்டனா?”

“நமக்கு அதெல்லாம் வேண்டாம்”

“அதான் ஏங்கிறேன்”

“கருப்பையா நாடார் வீட்டு மெச்சால கரும்பு தின்னுக் கிட்டே வேடிக்கை பார்க்கலாம்...”

“என் மேல நம்பிக்கை இல்லை ஒனக்கு?”

“அப்படியில்லெ...?”

"பின்ன...?"

"குள்ளச்சாமி வாத்தியார் மாடு ரொம்ப பொல்லாததும்பாங்க.."

"அலங்காநல்லூர்... ஐயம்பட்டியையே பார்த்தவன் நான்."

"இருக்கட்டும்.. இங்க வேண்டாம்..."

"ஏன் பார்வதி.. என்று அவளைத் தன்னோடு சேர்த்து, அவள் கன்னத்தை உள்ளங்கையால் தன் பக்கம் திருப்பி குரல் ஒழுகக் கேட்டான்.

"ஒங்க இஷ்டம்."

"ஒனக்கு இஷ்டமில்லை?"

"பயமா இருக்கு!"

"வேண்டாமா?"

"செரி," என்று அவன் மீது சரிந்து கொண்டாள். உள் மனதில் அவளுக்கு ஆசைதான். குள்ளச்சாமி வாத்தியாரின் காளையை அடக்கி விட்டால், அந்தக் காளையை வைத்துத்தானே அவருக்கு இத்தனை பேர், புகழ், மதிப்பு. பள்ளிக்கூடத்திலும் கூட எட்மாஸ்டரை விட அவருக்குத்தான் மவுசு. அந்தக் காளை பிடிபட்டுவிட்டால்? பார்வதிக்கு சந்தோஷம்தான்! ஆனால் அதைக் காட்டிக் கொள்ள வில்லை. அவள் புருஷன் அவள் மனதைப் படித்துவிட்டவன் போலத் தான் வெறியோடு இருந்தான்.

சீலையம்பட்டி வழக்கப்படி, முதல்நாள் பொங்கல், வாசல் அடைத்துக் கோலமிட்டு, சூரியன் பார்க்கத் தெருவில் பொங்க லிட்டு, குலவை ஒலி எழுப்பி ஒரே குதூகலம்தான்! மறுநாள் அந்தி மயங்கும் நேரம் மாட்டுத் தொழுவில் பொங்கலோ.. பொங்கல்...' 'பால் பான பொங்கல்...' வானம் பொழிய... பூமி நனைய... வட்டி பெறுக... பார்த்தவன் கண் வெடிக்க.. நோயும் பிணியும் தெருவோடு போக... பால் பான பொங்க.. என்று பெரியவர்களும் வாண்டுகளும் தெருவெங்கும் பொங்கிக் கொண்டிருந்தனர். மாட்டுக் காடிகள் எல்லாம், கோமியவாசனை இல்லாது, சாம்புராணியும் ஊதுபத்தியும் மணத்துக் கொண்டிருந்தன. அடுத்த நாள் ஜல்லிக்கட்டு. காளைகள் முகத்தில் இப்போதே அதற்கான குறி தென்படத் தொடங்கியது. பகவதியம்மன் கோயில் வாசலில் இரண்டு மணியளவில் இருந்தே கூட்டம் கூடத் தொடங்கி விட்டது. ஏதோ ஒரு வழியாக வெளியூர் காளைகள் நுழைந்த வண்ணம் இருந்தன. முத்தாளம்மன் பொட்ட லிலும், காளியாபிள்ளைத் தோட்டத்திலும் மாடுகள் தயாராகிக் கொண்டிருந்தன. முக்கு முக்குக்கு ரேடியோ சப்தம். ஐஸ் விற்கிற வர்களும் கரும்பு விற்கிறவர்களும், பஞ்சு மிட்டாய் விற்கிறவர்களும் வந்து கூடி விட்டார்கள்; ஊருக்கே புதுக்களை வந்து கூடிவிட்டது!

வண்டிகட்டிக் கொண்டு வேடிக்கைப் பார்க்க வந்தவர்கள் எல்லாம் வண்டியை ஊருக்கு கிழக்கே, தோட்டங்களில் நிறுத்திவிட்டு, நடந்து வந்தார்கள்.

முதலில் பகவதியம்மன் கோயில் காளை! கொம்புகளுக்கு பச்சை வண்ணம் தீட்டி, பரிவட்டம் கட்டி, செவ்வந்தி மாலையும் கோயில் மணியுமாக ஊர் சுத்தி வந்து கோயிலுக்கு விட்டார்கள். நான்கு பேர் தாம்புக் கயிறு போட்டு அழைத்து வந்தார்கள். பூசாரி மஞ்சள் தடவி, சூடம் காட்டி, தேங்காய் உடைத்து, பூசை பண்ணி, திருநீற்றை நெற்றியில் இழுகிவிட்டு அனுப்பினார். அடுத்து முத்தாலம்மன் காளை, அதனை அடுத்து செல்லாயியம்மன் காளை, அடுத்தடுத்து விரட்டி விடுவார்கள். பிணைக்கப்பட்ட கயிறுகளை எல்லாம் துண்டித்து விட்டு, 'உஷார்' காட்டியவுடன் துள்ளி ஓடும். சில காளைகள் சீற்றம் கொண்டு தாவி ஓடும். சிலது வட்டமிட்டு விளையாடும். சிலது சந்து பொந்துகளுக்குள் தாவித் தப்பிவிடும். கோயில் மாடுகளை 'போக்கு' காட்டலாம். சீண்டலாம், அணையக் கூடாது. அப்படியே தொட்டு விடுவார்கள். அவ்வளவுதான். அது இப்பாலும் அப்பாலும், ஓட்டமெடுத்து கூட்டத்தைச் சிதைத்து விளை யாடுவதே வேடிக்கைதான்! ஓடி விழுந்து, முட்டி மோதிக் காயம் கண்டால் தான் ஆச்சு! மற்றபடி ஒன்றுமில்லை. கோயில் காளை களுக்குப் பிற்பாடு வெளியூர்க் காளைகள். அதற்கு அடுத்ததாகத் தான் உள்ளூர்க் காளைகள். உள்ளூர்க் காளைகளில் உற்சாகமும் ஊக்கமுமாக ஜனங்கள் எதிர்பார்ப்பது குள்ளச்சாமி வாத்தியார் காளையைத்தான். வெளியூர் ஜனங்களும், அதற்காகத்தான் கும்பல் கும்பலாக வந்திருக்கிறது! வெளியூர் காளைகளில் பாலார்பட்டிக் காளையும், ஐயம்பட்டிக் காளையும் தான், நின்று, நிதானித்து விளை யாடும். மற்ற காளைகள் எல்லாம் எந்தத்திசையில் இருந்து, எந்தச் சந்தில் இருந்து திமிறிக் கொண்டு வருகின்றன, எங்குத் தாவி மறை கின்றன என்று நிச்சயிமில்லாது இருக்கும். வேடிக்கை பார்க்கின்ற கூட்டம் உசிரைக் கையில் பிடித்துக் கொண்டுதான் இருக்க வேண்டும்!

குள்ளச்சாமி வாத்தியார் காளையை கொட்டு மேளத்தோடு ஊர் சுற்றி அழைத்து வரும்போதே ஒரு கூட்டம், புழுதி கிளம்ப பின்னாடியே ஆரவாரத்துடன் ஓட்டமும் நடையுமாக கூச்சலிட்டுக் கொண்டே வந்தது! குள்ளச்சாமி வாத்தியாரும் ஒச்சாத்தேவரும் அதைக் கம்பீரமாகப் பிடித்து வந்தார்கள். ஒவ்வொரு ஜல்லிக்கட்டின் போதும் இந்தக் காளையை அணைவதுதான் இளவட்டங்களின் லட்சியமாக இருக்கும்! எத்தனையோ ஊர் ஜல்லிக்கட்டுக்களைக் கண்ட காளை இது! இதன் சீற்றமும் துள்ளலுமே அப்படித்தான் இருக்கும்! கயிற்றை உருவி விட்டதுமே, சீறிப் பாய்ந்து ஒரு வட்ட

மடித்து கூட்டத்தைச் சிதைத்துவிட்டு நடுவில் வந்து நின்று கொண்டது. ஹே ஹே வென்று கூச்சலும் பேரோசையும் எழும்பி அடங்கும்! சில இளவட்டங்கள், குரல் எழுப்பியும், சமிக்ஞை செய்தும் அதனைச் சீண்டிக் கொண்டிருந்தனர்!

பார்வதி டீச்சரின் புருஷன் அந்தக் கூட்டத்தில் தனித்து தெரிந்தான். தன் வேஷ்டியை வரிந்து கட்டிக் கொண்டு மஞ்சள் கலர் பனியன், அதில் ஏதோ இங்கிலிஷில் எழுதியும் இருந்தது. காலை அகட்டி ஊன்றி கையைப் பரத்திக் கொண்டு, அதற்கு நேர் எதிரே இப்பாலும் அப்பாலும் நகண்டு கொண்டே இருந் தான். ஒரு கணம் தான் அப்படி, சடசடவென்று தாவி ஒரு ஓரமாகவே ஓடி, நீளமாக ஒரு வட்டமடித்து, மீண்டும் ஒரு மையத்திற்கு வந்தது. எவனோ ஒருவன் அதன் வாலைப் பிடித்து இழுத்தான். காளை அணைபவர்களுக்கு அது ஊக்கமாகி விட்டது. கட்டை வண்டியில் நின்றிருந்த மொத்தக் கூட்டமும் ஆரவாரமாகி விட்டது. பார்வதி டீச்சரின் புருஷன் மெள்ள மெள்ள நகர்ந்து முன்னேறினான். காளை அவனையே முறைத்துப் பார்த்தது. அதன் கண்களில் வெறி தட்டுப் பட்டது. வாலை உயர்த்தி, காதுகளை மலர்த்தி சீற்றம் காட்டியது. புஸ் புஸ் என்று பேரோசையோடு மூச்சு விட்டது. கூட்டம் எழுப்பிய புழுதி வேறு. ஆரவாரமும் கூச்சலும் கொட்டுச் சப்தமும் கூடச் சேர்ந்து கொண்டது. முன்னங்கால்கள் எப்போதும் பாயத் தயார் என்பது போல பரபரத்துக் கொண்டு, சுழித்துச் சுழித்து தலையைச் சிலிப்பிக் கொண்டிருந்தது!

சட்டென்று யாரும் எதிர்பாராத கணம், பக்கவாட்டில் இருந்து ஒருவன் தாவி, அதன் சிமிலியைக் கடித்ததுதான் தாமதம் அவனை அப்படியே உதறி எறிந்துவிட்டு ஒவ்வொரு திக்காகப் பாய்ந்து கூட்டத்தைச் சிதறடித்துச் சிதைத்து விட்டது. மடமட வென்று தரையோடு தரையாக வீழ்ந்து விட்டார்கள். அப்படி வீழ்ந்து கிடப்ப வர்களை ஜல்லிக்கட்டு காளைகள் ஒன்றும் செய்யாது! நின்று சுழன்றடித்தது. வேகம் கொண்டு அதன் சிமிலியைத் தாவிப் பிடிக்க முயன்ற பார்வதி டீச்சர் புருஷனை அப்படியே மல்லாக்கத் தள்ளியது. அவனும் நிலை தடுமாறி அப்படியே தாவி மல்லாந்தான். ஒரே ஒரு கணம்தான். வேகம் கொண்டு அவன் வயிற்றுக்குக் கீழே ஓங்கி ஒரு மிதி மிதித்து, கூர்மையான கொம்பால் அவன் உடலை புரட்டிப் போட்டுத் தாவிற்று. அவன் அப்படியே சுருண்டு, புரண்டான். ஒரே ஒரு கணம்தான். அது நடந்துவிட்டது! ரத்தமில்லை, சத்த மில்லை. எல்லாம் முடிந்து விட்டது! எப்படி நடந்தது என்பதே விளங்கவில்லை!

கயிற்றுக் கட்டிலைத் தேடிக் கொண்டுவந்து, வண்டியை பூட்டுவ தற்குள் குடைசாய்ந்து விட்டது. வேடிக்கைப் பார்த்துக் கொண்டிருந்த

பார்வதி டீச்சர் நிலை குலைந்து, பேச்சு மூச்சற்று சாய்ந்து விட்டாள்! அவனுக்கு, அதுவும் புது மாப்பிள்ளைக்கு இந்த ஆசை வந்திருக்கப் படாது. விருந்துக்கு வந்த இடத்தில், ஏன் இந்த விபரீதம்? அவளாவது தடுத்திருக்க வேண்டும். விளையாட்டுத்தானே என்று நினைத்திருப் பாள்! இப்படி வினையாக விடியுமா என்றா கண்டாள்? யாரைக் குத்தம் சொல்ல? தன் விதியைத் தான் நொந்து கொள்ள முடியும்? எதற்கும் கலங்காத குள்ளச்சாமி வாத்தியாரே கலங்கிப் போய் விட்டார். நின்ற வாக்கிலே நெஞ்சைப் பிடித்துக் கதறிவிட்டார். அவர் நெஞ்சு இத்தனை இளகியதா என்று அப்போதுதான் எல்லோரும் கண்டார்கள்.

அவருக்குத்தான் என்றில்லை அந்த ஜல்லிக்கட்டுக் காளையும் அப்படித்தான். இல்லாவிட்டால் அப்படிச் செய்யுமா? முன்னங் காலால் புழுதிபறக்க அந்த மண்ணைக் கிளறி கிளறி ஏதோ வெறி கொண்டாற் போல் இடது கொம்பால் மண்ணை முட்டி முட்டி முதுகில் வாரிப் போட்டுக் கொண்டது! அதற்குப் பிற்பாடு வெறி கொண்டு சுழன்றுச் சுழன்று கூட்டத்தைக் கலைத்துவிட்டு ஓட்ட மெடுத்தது. எல்லாம் முடிந்த பின்னரும் திரும்பவில்லை! பொழுது மடிந்து விட்டது. அப்போதும் திரும்பவில்லை. மறுநாளும் திரும்ப வில்லை. வாத்தியாரும் கலங்கிப் போனார். ஏதோ கெட்ட சகுனம் என்றே அவர் மனம் வாடியது! இரண்டு மூன்று நாட்கள் கடந்த பின் எல்லாம் முடிந்த பின்னர் தான் அந்தக் காளை தானாகவே வந்து சேர்ந்தது. அப்போதும் அதன் முகம் வாடலாகத் தான், கண் களில் இருள் கவிழ்ந்தது. ஒருவித சோகை படர்ந்து காணப்பட்டது.

குள்ளச்சாமி வாத்தியாரும் எல்லாவற்றையும் ஏற்றுக் கொண்டு, ஊக்கமின்றி, அதற்குத் தீவனமும் தண்ணியும் காட்டிக் கொண்டி ருந்தார். சிறிது காலம் வரை ஊர் விழுந்து விழுந்து பேசியது. அப்புறம் அப்படியே மறந்துவிட்டது. அந்தத் தழும்பும் தடமும் மட்டும் மாறாமல் நின்று விட்டது.

அதற்குப் பிற்பாடு பார்வதி டீச்சரை முகமெடுத்துப் பார்க்கவோ, பேசவோ துணிவு இல்லாமல், பார்வதி டீச்சரின் வாழ்வுக்கு உயிர் கொடுக்க வேண்டும் என்ற வெறியில், அந்தப் பலியைத்தானே ஏற்றுக் கொண்டு ஒரு கட்டத்தில் அவளையே ஏற்றுக் கொள்ளத் துணிந்து பேசிப் பார்த்தார். டீச்சர் இடம் கொடுக்கவில்லை. அதில் அப்படியே விழுந்தவர்தான் தன் வாழ்வையே சுருக்கிக் கொண்டார். அதற்குப் பிற்பாடு அந்த ஊரில் ஜல்லிக்கட்டு சம்பிரதாயமாகத்தான் நடக்கிறது. உயிரோட்டம் இல்லை. குள்ளச்சாமி வாத்தியார் அந்தக் காளையைக் கோயிலுக்கு விட்டுவிட்டார். இப்பொழுது அது கோயில் மாடாகப் புனிதப்பட்டு புழங்கிக் கொண்டிருக்கிறது!

கல்கி

❑

மூங்கில் பூக்கும் தனிமை

சந்தானகிருஷ்ணன் சாரை ஆஸ்பத்திரியில் சேர்த்திருப்பதாக, ஒத்தக்கடை குமார் என்னிடம் சொன்னான். அதுவும் அதிகாலை, நேரங்கெட்ட நேரத்தில் போன்செய்து இதைச் சொன்னான். உடனே நான் "எந்த சந்தானகிருஷ்ணன்?" என்று கேட்டேன்.

இந்தக் கேள்வியை அவன் என்னிடமிருந்து சற்றும் எதிர் பார்த்திருக்க மாட்டான். ஒரு கணம் அதிர்ச்சியடைந்தான். குரல் குழறியது!

"தூங்கிட்டு இருக்கியா?" என்று அவன் குரல் மெள்ள நழுவியது.

"இல்லை இல்லை, சொல்லு" என்றேன். என் குரலில் வெளிப் பட்ட சலிப்பை அறிந்து, அவன் குரல் தாழ்ந்தது.

"நம்ம சந்தானகிருஷ்ணன் சாரை, மெட்ராஸ்லதான் ஆஸ்பத்திரி யில சேர்த்திருக்காங்களாம்" என்று சற்றுத் தயக்கத்தோடு சொன் னான்.

'அப்படியா!' என நான் ஆச்சர்யம் காட்டுவேன் என்று அவன் எதிர்பார்த்திருக்கலாம். 'என்னவாம்... என்ன ஆச்சு அவருக்கு?' எனப் பதற்றம் காட்டுவேன் என்றும் அவன் எதிர்பார்த்திருக்கலாம். நான் சிரத்தைக் காட்டவில்லை என்றவுடன், அவன் குரல் பலவீன மாகிவிட்டது. உடனே அதைச் சமாளிப்பது போல, பேச்சை வேறு திசைக்கு ஓட்டினான். ஏதோ ஒன்றை சம்பந்தமில்லாமல், ஏதாவது பேச வேண்டுமே எனப் பேசிவிட்டு போனை வைத்து விட்டான்.

அதோடு அவன் அமைதியடைந்திருப்பான். ஆனால், என்னால் முடியவில்லை. எப்படி முடியும்? என்னால் எப்படி அவரை மறக்க முடியும்? அவ்வளவு எளிதாகவா அவரை நான் மறந்துவிட முடியும்? 'எந்த சந்தானகிருஷ்ணன்?' என்று நான் அவனிடம் கேள்வி கேட் டேனே தவிர, அப்படிக் கேட்டது என்னைக் குத்திற்று.

அப்போது ஆங்கில இலக்கியம் படித்தவர்களுக்கெல்லாம் அவர் தான் ஆதர்சம். சிலர் அவரை 'ஆக்ஸ்ஃபோர்டு சந்தானம்' என்று தான் சொல்வார்கள். அப்படிச் சொன்னால்தான் எல்லோருக்கும் தெரியும்!

அந்தக் காலத்திலேயே அவர் ஆக்ஸ்ஃபோர்டு யுனிவர்சிட்டிக்குப் போய் ஆங்கில இலக்கியம் படித்தவர். ஆனால் அவரை, அதாவது அந்த உருவத்தைப் பார்த்தால் அப்படி நம்ப முடியாது. மிகவும் சாதாரணமாகத்தான் இருப்பார். கச்சையான உடம்பு. நெடுநெடுவென்று நல்ல உயரம். நிறத்துக்கும் குறை விருக்காது. ஆடம்பரமாக உடுத்த மாட்டார். ரொம்ப ரொம்ப சாதாரண உடைதான். அதிலும் ஒரு நேர்த்தி, ஓர் அழகு, ஓர் ஒழுங்கு, ஒரு மிடுக்கு இருக்கும். அந்த உடையை அவர் அணிவதால்கூட அந்த 'மிடுக்கு' வந்திருக்கலாம். நாலு முழ வேட்டி, முழுக்கைச் சட்டை ஒன்று, அதுவும் வெள்ளை வெளேர் எனப் பளிச்சென்று இருக்கும். மடிப்பு கலையாமல் கஞ்சி போட்டுத்தான் கட்டுவார். அப்படி அந்த உடையில் அவரைப் பார்க்கின்ற போதுகூட அவர்மீது ஒருவித மான மதிப்பு வந்துவிடும், அது உடையினால் வருகின்ற மதிப்பு மட்டுமல்ல.

ஆக்ஸ்ஃபோர்டில் படித்தவர் அவர் என்றால் நம்பவே மாட்டார் கள். இழுத்துவிட்டாற்போல் நெற்றியில் குங்குமம் இட்டுக்கொள்வார். பார்ப்பதற்கு எளிமையாகத் தெரிந்தாலும் அவ்வளவுச் சுலபமாக அவரை அணுகிவிட முடியாது. அவருடைய கண்கள் பளபளவெனத் தீக்கங்குபோல இருக்கும். அறிவு தீட்சண்யம் என்பார்களே, அதுபோலத்தான் கண்கள் இருக்கும். சோப் போட்டுக் கழுவியது போல் எப்போதும் முகம் பளிச்சென இருக்கும். அவ்வளவு பளபளப்பு!

கல்லூரி மொத்தமும் அவரைக் கண்டால், மாணவர்கள்தான் என்று இல்லை, ஆசிரியர்கள்கூட அவரிடம் ஓர் அடி தள்ளிதான் இருப்பார்கள். 'பிரின்ஸ்பால்' என்று ஒருவர் இருந்தாலும், அந்தக் கல்லூரியைப் பொறுத்தவரை சந்தானகிருஷ்ணன்தான் ஹீரோ. பிரின்ஸ்பால்கூட அவருக்குப் பயப்படுவார். பயப்படுவார் என்றால், 'அவர் அறிவுக்கு முன்னால் நாமெல்லாம் எம்மாத்திரம்!' என்ற ஒரு தாழ்வு. பேசினாலும் சரி, எழுதினாலும் சரி அவ்வளவு தெளிவாக இருக்கும். ஆங்கிலம்தான் என்று இல்லை, தமிழ் இலக்கியத்திலும் மொழியிலும்கூட ஆழ்ந்த பயிற்சி அவருக்கு உண்டு. எந்தச் சங்கப் பாடலைக் கேட்டாலும் அப்படியே சொல்லக்கூடிய அளவுக்குப் பயிற்சிபெற்றவர். அதை ஆங்கிலத்தில் மொழிபெயர்த்தும் சொல் வார். அவரைக் காண வேண்டும், பேச வேண்டும், சந்தேகம் கேட்க வேண்டும் என ஒன்றும் வேண்டாம். அவரோடு சிறிது நேரம்

இருந்துவிட்டுப் போனால் போதும் என்று பலரும் வந்து போவார்கள். பெரிய பெரிய அறிஞர்கள்கூட வருவார்கள். அது மற்றவர்களுக்குப் பொறாமையாக இருந்தாலும், அதற்கானத் தகுதி அவருக்கு உண்டு என்பதால் அமைதி அடைந்து விடுவார்கள்.

நான் படித்த அந்தக் கல்லூரி, ஒரு தனியார் கல்லூரி; அரசு நிதி உதவியில் செயல்படும் கல்லூரி; பாரம்பர்யமிக்க கல்லூரி. அந்தக் கல்லூரிக்கு எத்தனையோ அடையாளங்கள் இருந்தாலும் 'சந்தானகிருஷ்ணன்' அங்கு பணியாற்றுகிறார் என்பதுதான் தனித்த அடையாளமாக நிலைத்துவிட்டது.

ஆண்டுக்கு ஒருமுறை அந்தக் கல்லூரியின் ஆண்டு விழா நடைபெறும், அதுவும் மிகச் சிறப்பாக. இதுபோன்ற நேரத்தில்தான் அந்தக் கல்லூரியின் நிறுவனர், அந்தக் கல்லூரிக்கு வருவது வழக்கம். அவர், பாரம்பரியமான குடும்பத்தைச் சேர்ந்தவர்; மிகப் பெரிய தொழிலதிபர். கல்வியை ஒரு சேவையாகவே செய்துவரும் குடும்பம், அவரது குடும்பம். அதன் காரணமாக அவருக்கு பெரிய மரியாதை உண்டு. அவர் கல்லூரிக்கு வந்தவுடன் அவரைக் காண கல்லூரிப் பேராசிரியர்கள் எல்லோரும் திரண்டு போவார்கள். அவரைப் பார்த்ததும் பணிந்து வணக்கம் வைப்பார்கள். அந்தக் கூட்டத்தோடு சந்தானகிருஷ்ணன் ஒருபோதும் போகமாட்டார். கல்லூரியின் நிறுவுனர்தான் அவர் இருக்கும் இடத்துக்கே தேடிச் சென்று அவருக்கு வணக்கம் வைப்பார், அப்போதுகூட அவர் உடல் வளையாமல் நேராக, நிமிர்ந்துதான் நிற்கும். இதை அவர் ஒரு திமிராகச் செய்வதில்லை. அது அவர் இயல்பு என்பது போலவே இருக்கும். இதைப் பார்த்துதான் எல்லோரும் ஆச்சர்யப்படுவார்கள்.

அவருடைய ஆங்கில வகுப்புகளைக் கேட்பதற்காக மற்ற கல்லூரிகளில் இருந்தெல்லாம்கூட, சில நேரம் மாணவர்கள் வருவதுண்டு. அதுவும் ஆராய்ச்சிப் படிப்புப் படிக்கும் மாணவர்கள் அவருக்காகக் காத்துக் கிடப்பார்கள். இவையெல்லாம் நான் அந்தக் கல்லூரியில் படித்தபோது மற்றவர்கள் சொல்லக் கேட்டவை மட்டுமல்ல, கண்கூடாக நானே பார்த்துத் தெரிந்து கொண்டவை.

என் பரம்பரையில் ஒருவர்கூட பள்ளிக்கூடத்தைப் பார்த்ததில்லை. என் பரம்பரை மட்டுமல்ல, என் கிராமமே கல்லூரியின் வாசனையைக் காணாதது. எப்படியோ தட்டுத்தடுமாறி நான் கல்லூரியில் காலடி எடுத்து வைத்துவிட்டேன். அதைத் தொட, நான் பட்டபாடு எனக்குத்தான் தெரியும். அதை 'வலி' என்று ஒற்றைச் சொல்லில் கூறிவிட முடியாது. என்னைப் பொறுத்தவரை எப்படியோ தொட முடியாத ஒன்றைத் தொட்டுவிட்டேன். என் குலமும் குடியும் கூட அதை அதிர்ஷ்டமாகத்தான் நினைத்தன. அந்தக் கனவோடுதான் நான் அந்தக் கல்லூரியில் கால் வைத்தேன்.

சிறுவயதிலிருந்தே எனக்கு ஆங்கிலம் என்றால் சற்று அலர்ஜி. அதனால் நான் ஆங்கிலப் படிப்புப் பக்கம் ஒதுங்கவில்லை. பி.எஸ்ஸி., விலங்கியல் பட்டப்படிப்பில் சேர்ந்தேன். எங்கள் வாழ்வே பெரும் பாலும் விலங்குகளோடுதான் கழிந்தது. இதைச் சொல்ல நான் வெட்கப்படவில்லை. எங்கள் ஐயாவுக்கு வயல் வெளியில் எலி பிடிப்பதுதான் பிழைப்பு. குடியானவர்களின் வயல்களிலும் தோட்டங்களிலும் எலிப்பொறி வைப்பார். அதற்கான தொழில் நுட்பத்தில் கைதேர்ந்தவர். எப்போதும், அந்தச் சேற்றிலே கிடப்பார். 'எலி பிடிக்கிறேன்' என்று வளைக்குள் கைவிட்டு, எத்தனையோ முறை பாம்புக்கடி, நண்டுக்கடி இன்னும் என்னென்னவோ விஷக்கடி எல்லாம் பட்டு, உயிர் தப்பியிருக்கிறார்! எத்தனை எலி பிடிக்கிறாரோ, அதற்குத் தகுந்தபடிதான் கூலி கிடைக்கும், அதுவும் வருடக் கடைசி யில் நெல் அறுவடையின்போதுதான், ஒரு மரக்காலோ, இரண்டு மரக்காலோ. எலிக்காரன் என்றால் இளக்காரம்தான். கருக்கா நெல்லாகத்தான் போடுவார்கள். அதையும் எளிதில் வாங்கிவிட முடியாது.

ஆத்தாவுக்கு ஆடு மேய்ப்பதுதான் வேலை. காலையில் ஆட்டை ஓட்டிக்கொண்டு போனால் இரவுதான் வீடு திரும்புவாள். அந்த ஆடுகள்கூட எங்களுக்குச் சொந்தமில்லை. எல்லாம் 'கிடை' ஆடுகள் தான். மேய்ச்சல் கூலிதான். இவையெல்லாம் தற்செயல் எனச் சொல்வதா அல்லது நானாக உருவாக்கிக் கொண்டவையா என எனக்குத் தெரியவில்லை. ஆனால், விலங்குகளோடு எனக்கு இருந்த பிரியமும் உறவும் அலாதியானவை.

இன்னொன்றையும் சொல்லிவிடுகிறேன். விலங்குகளைப் பற்றித் தான் படிக்க வேண்டும் என்ற லட்சியமெல்லாம் எனக்கில்லை. கல்லூரிக்குப் போய்ப் படிக்க வேண்டும், அவ்வளவுதான். இத்தனைக் கும் நான் ப்ளஸ் டூவில் நல்ல மார்க் எடுத்திருந்தேன். அப்போது எனக்கு 'மெடிக்கல் சீட்'கூடக் கிடைத்திருக்கும் என்று சொன் னார்கள். அப்போதெல்லாம் இப்போதுபோல், நுழைவுத் தேர்வு, நீட் தேர்வு என்றெல்லாம் இல்லை. ப்ளஸ் டூ மார்க்கை அடிப் படையாக வைத்துதான், சீட் கொடுத்துக் கொண்டிருந்தார்கள். நீங்கள் நம்ப மாட்டீர்கள், என்னைவிடக் குறைவான மார்க் எடுத்த வண்டிமாட்டுச் செட்டியார் மகன் செல்லமுத்து, மதுரை மெடிக்கல் காலேஜில் சேர்ந்துவிட்டான்.

அப்போது நான் இருந்த நிலையை உங்களுக்கு எப்படிச் சொல் வது? மருத்துவம் படிப்பதற்கு எப்படி விண்ணப்பிக்க வேண்டும் என்றுகூட எனக்குத் தெரியவில்லை. அதெல்லாம் நமக்கு அப்பாற் பட்ட படிப்பு என்ற ஒதுங்கல், ஒரு தாழ்வுமனப்பான்மை. இவை மட்டுமல்ல, 'அதற்கெல்லாம் நம்மால் செலவு செய்ய முடியாது'

என்ற அச்சத்தாலும் அதைப் பற்றிச் சிந்திக்காமலேயே இருந்து விட்டேன். இதைப் பற்றியெல்லாம் எனக்குச் சொல்வதற்குக்கூட அப்போது ஆள் இல்லை. அப்படியான ஒரு சூழலில்தான் இருந்தேன். ஏதாவது ஒரு கல்லூரியில் போய்க் காலடி வைத்துவிட்டால் போதும் என்பதுதான், அப்போதைய என்னுடைய அதிகபட்சக் கனவு.

என் மனம் பரபரத்தது, ‘சந்தானகிருஷ்ணன் சாருக்கு என்ன ஆகியிருக்கும்?’ என ஒரே பதற்றம். எப்படி என்னால் அவரை மறக்க முடியும்? மறக்கக்கூடியவரா அவர்? ஏதோ ஒருவிதத்தில், என் வாழ்வோடு தொடர்புடையவர் ஆகிவிட்டவர் அவர். நான் கல்லூரியை விட்டு வந்து 30, 35 ஆண்டுகளுக்குமேல் ஆகிவிட்டது. இப்போதெல்லாம் நான் எதற்கும் பதற்றம்கொள்வதுமில்லை... பரபரப்பு அடைவதுமில்லை, அல்லது அப்படி நினைத்துக் கொண்டி ருக்கிறேனோ என்னவோ!

என் கல்லூரிப் பருவம் முழுவதும் ஒருவிதமான பதற்றத் தோடும் பரபரப்போடும்தான் கழிந்திருக்கிறது. ஏதோ ஒன்று அவ்வப்போது வந்துகொண்டே இருந்தது. அதிலிருந்து என்னால் விடுபடவே முடிய வில்லை. நானும் எவ்வளவோ முயன்று பார்த்து விட்டேன், முடிய வில்லை. என் மனம், எப்போதும் நடுங்கிக் கொண்டேதான் இருந்தது. அதை எப்படிக் கடக்கப்போகிறோம் என்ற கவலை, என்னை வாட்டிக்கொண்டே இருந்தது. ‘எப்படியும் கடந்துவிடுவோம்’ என்று துணியும்போது மீண்டும் அது சறுக்கி விழுந்துவிடும்.

கல்லூரி வாழ்க்கை என்பது, அந்தப் பருவத்துக்கே உரிய உற்சாகம், சந்தோஷம். இவற்றில் ஒன்றுகூட எனக்குக் கிடைக்கவில்லை. ஏதோ ஒரு பாரம். என் தலையை அழுத்தும் பாரம். எப்போதும் என்னால் இயல்பாக இருக்க முடியவில்லை. ஏதோ ஒன்று என்னைத் துரத்திக் கொண்டே இருந்தது. அந்த வெறிநாய் துரத்திலிருந்து எப்படியாவது ஓடித் தப்பித்துக்கொள்ள வேண்டுமே என்ற பட படப்பு, எப்போதுமே என்னுள் நிலைகொண்டிருந்தது. இதற்கு சந்தானகிருஷ்ணன் சாரும் ஒருவகையில் காரணமாக இருக்கக்கூடும் அல்லது அப்படி ஒரு பிரமையில் இருந்தேனோ என்னவோ, எனக்குத் தெரியாது. இது குமாருக்கும் தெரியும். அதனால்தான் உடனே அவன் எனக்கு போன்போட்டு இதைச் சொல்லியிருக்கிறான். எதை எதிர்பார்த்து அவன் என்னிடம் இதைச் சொன்னான் என்று எனக்கு இப்போது தெரியவில்லை. ஒருவேளை, அது எனக்கு உள்ளூர சந்தோஷம் தரும் என்றுகூட அவன் நினைத்திருக்கலாம். அப்படிப் பட்ட மனம் கொண்டவன் அல்ல நான் என்பதும் அவனுக்குத் தெரியும். மனம், எப்போதும் ஒரே நிலையில் நிலைப்பதில்லை. அப்படி நினைப்பதும் நீடிப்பதில்லை.

என் காரை எடுத்துக்கொண்டு நேராக, அந்த ஆஸ்பத்திரிக்குச் சென்றேன். அந்த ஆஸ்பத்திரி, அண்ணாநகரில் இருந்தது. இதய அறுவைசிகிச்சைக்குப் புகழ்பெற்ற மருத்துவமனை அது. நான் போனபோது அவர் ஐ.சி.யுவில் இருப்பதாகச் சொன்னார்கள். ஐ.சி.யு வார்டுக்கு வெளியே ஒரு சிறு அறை. அதில் நீளமான இரும்பு நாற் காலித் தொடர் ஒன்று கிடந்தது. அதில் ஓர் இருக்கையில் அவருடைய மனைவி உட்கார்ந்திருந்தார். எப்படியோ அவரை அடையாளம் கண்டுகொண்டேன். நான்கைந்து பெண்கள் இருந் தனர். அதில் ரொம்பவும் வாடிக் கிடந்தவர் இவர் தான். சாதாரண நூல் புடவையைக் கட்டிக்கொண்டு, கசங்கிப் போய் எங்கோ வெறித்துக்கொண்டி ருந்தார். ஒருவிதத் தனிமை மனநிலை அவரைச் சூழ்ந்திருப்பதுபோல் தெரிந்தது. அவருக்குத் துணையாக ஒரு பெண்ணும் இருந்தார். அநேகமாக அது அவருடைய மருமகளாக இருக்கலாம்.

சந்தானகிருஷ்ணன் சாரின் மனைவி முகத்தை வெகுநேரம் உற்றுப்பார்த்தேன். அவர் முகத்தில் ஒருவிதமான பீதி. வழக்கமாக ஆஸ்பத்திரிக்குள் நுழைந்தவுடன் முகத்தில் வந்து அப்பிக் கொள்ளும் பீதி அல்ல அது. நான் மெள்ள அவருக்கு அருகில் சென்று அமர்ந் தேன். அவருக்கு என்னைத் தெரியவில்லை. சந்தானகிருஷ்ணன் சாருக்கே என்னைத் தெரியாது. அப்படி இருக்க, இவருக்கு என்னைத் தெரிந்திருக்க நியாயமில்லை. என்னைக் கண்டதும், நான் யாரையோ பார்க்க வந்திருப்பதாக நினைத்துக்கொண்டு அவர் முகம் சற்று விலகியது.

அவர் மட்டும் இப்படித் தன்னந்தனியாக, உறவுத் துணையின்றி, அதுவும் இதுபோன்ற நேரத்தில். அவருடன் இருந்த அந்த இளம் பெண், கைக்குழந்தைக்கு ஏதோ வெளியில் வேடிக்கைக் காட்டிக் கொண்டிருந்தார். நான் மெள்ள அந்த அம்மாவிடம், “நான் சாரோட ஸ்டூடன்ட் அம்மா” என்று என்னை அறிமுகப்படுத்திக் கொண்டதும், அவர் முகம் ஆச்சர்யத்தில் விரிந்தது. சிறிது நேரம் அங்கு அவரோடு இருந்தேன். “ஏதாவது உதவி வேண்டுமா ?” என்று திரும்பத் திரும்பக் கேட்டேன், நான் ஆஸ்பத்திரிக்கு அவரைப் பார்க்க வந்ததே பெரிய திருப்தி. அடைபட்டுக் கொண்டிருப்பவர்களுக்கு லேசாகக் கதவைத் திறந்ததும் வரும் காற்று தரும் புழுக்கத் தணிப்பாக, அவர் என்னை உணர்ந்திருக்க வேண்டும். சிலீரென முகத்தில் காற்று மோதியதும் ஏற்படும் ஆசுவாசம்போல, அவர் முகம் மாற்றம் கண்டது.

பிறகு அவர் என்னைப் பார்த்த பார்வையில், ஓர் உறவு மிதந்தது. இத்தனைக்கும் அவரை நான் முன்பு பார்த்ததுகூட இல்லை. என்னை யும் அவர் பார்த்ததில்லை. சற்றும் அறிமுகமில்லாத யாரோ ஒருவர், இப்படி இக்கட்டான நேரத்தில் உடன் இருக்கும்போது அருகில்

வந்து, ஆறுதல் சொல்லும்போது அது அறியாத முகமாக இருந் தாலும், அது மனதை இளக்கிவிடுகிறது. வார்த்தைகளற்ற ஒரு மௌன வெளி நம்மை இழுத்துக்கொண்டு போய் நிறுத்திவிடுகிறது. அந்த மனநிலையில்தான் அவர் இருந்திருக்கக்கூடும். என் முகத்தைத் திரும்பத் திரும்பப் பார்த்துக் கொண்டே இருந்தார். அவர் என்னோடு எதுவும் பேசவில்லை. வார்த்தையாக இல்லை அவ்வளவுதானே தவிர, அவர் என்னோடு பேசிக்கொண்டுதான் இருந்தார். நானும் அவரோடு பேசிக் கொண்டுதான் இருந்தேன். எங்கள் உரையாடல் தொடர்ந்து கொண்டுதான் இருந்தது.

இப்படி இரண்டு மணி நேரம் ஓடிவிட்டது. "சரிங்கம்மா, நான் போயிட்டுத் திரும்பவும் நாளைக்கு வர்றேன்" என்று எழுந்தபோது, அவர் குரல் மெள்ள விசும்பியது. அதுவரை தேக்கி வைத்துக் கொண்டிருந்தது எல்லாமே வெடித்துச் சிதறின. எனக்கு, எப்படி ஆறுதல் கூற வேண்டும் எனத் தெரியவில்லை. அதற்கான வார்த்தை களும் என்னிடம் இல்லை. அப்படியே சிறிது நேரம் அங்கு நின்று கொண்டே இருந்தேன். "பயப்படாதீங்க ஒண்ணும் ஆவாது. சார் குணமாகிவிடுவார். அவருக்கு ஒண்ணும் ஆகாது" என்றுதான் திரும்பத் திரும்பச் சொல்லிக்கொண்டிருந்தேன்.

"நீங்க மதுரையா?" என்று கேட்டார். பிறகு "எந்த வருடம் படிச்சீங்க?" என்றார். நான் சொன்னேன். பிறகு "பாலகுமார், செந்தில் நாதன், நந்தகுமார், சத்தியசீலன் எல்லாம் உங்க செட் தானே?" என்று கேட்டார். நான் தலையை மட்டும் ஆட்டி வைத்தேன். இவர்கள் எல்லோருமே என் செட் மாணவர்கள்தான். ஆனால், அவர்கள் அப்படிச் சொல்ல விரும்பமாட்டார்கள். என்னிலிருந்து அவர்கள் மேம்பட்டவர்கள் என்பது போன்ற ஓர் எண்ணம், அப் போது அவர்களுக்கு இருந்தது. அந்தக் கோடு கடைசி வரை தொடர்ந்தது.

இவர்கள் மீது மட்டும் சந்தானகிருஷ்ணன் சார் தனிமதிப்பு வைத்திருந்தார். படிப்பில் கெட்டிக்காரர்கள். படிப்பைத் தவிர அவர் களுக்கு வேறு சிந்தனை இருக்காது. இவர்களுக்கு, சார் தனியாக வீட்டில் வைத்து பாடம் நடத்தியிருக்கிறார். இவர்கள் எல்லோருமே தற்போது உயர்ந்த நிலையில் உள்ளார்கள். உயர்ந்த நிலை என்று நான் சொல்வது, ஒருவன் பேராசிரியராக இருக்கிறான்; ஒருவன் அரசின் உயர் பதவியில் இருக்கிறான்; இன்னொருவன் வெளிநாட்டில் பணி செய்கிறான்; இன்னும் சிலர் ஐ.எஃப்.எஸ்., ஐ.பி.எஸ் என்ற நிலையை அடைந்திருக்கிறார்கள். எல்லோருமே சந்தானகிருஷ்ண னின் உருவாக்கம். சார் கொடுத்த ஊக்கமும் பயிற்சியும்தான். இவர் கள் ஒருவரிடமும் எனக்கு இப்போதும் தொடர்பில்லை. ஒத்தக் கடை குமார் மட்டும்தான் தொடர்பில் இருக்கிறான். அவன்கூட

மதுரையில் கலெக்டர் ஆபீஸில் ஏதோ பெரிய பொறுப்பில்தான் இருக்கிறான்.

எனக்கு இப்போதும் நன்றாக நினைவிருக்கிறது, கல்லூரியின் முதல் நாளில் மூன்றாவது வகுப்பு. அவருடைய ஆங்கில வகுப்பு. நான் அந்தக் கல்லூரியில் படித்தபோது, முதல் இரண்டு வருடம் தமிழும் ஆங்கிலமும் கட்டாயப் பாடமாக இருந்தன. அதில் தமிழ்ப் பாடம் எனக்கு எந்தச் சிக்கலும் இல்லை. ஆங்கிலப் பாடம் சற்று அச்சமூட்டியது என்றாலும், எப்படியும் சமாளித்துவிடலாம் என்று நம்பினேன். என் அதிர்ஷ்டமா, துரதிர்ஷ்டமா எனத் தெரியவில்லை. எனக்கு ஆங்கில ஆசிரியராக வந்தவர் சந்தானகிருஷ்ணன் சார். பொதுவாக சந்தானகிருஷ்ணன் போன்ற பெரிய பேராசிரியர்கள் எல்லாம், ஆங்கில இலக்கியத்தை மெயின் சப்ஜெக்டாக எடுத்துப் படிப்பவர்களுக்குத்தான் வகுப்புகள் எடுப்பர். என்னைப்போல பகுதி ஒன்றாக ஆங்கிலம் படிப்பவர்களுக்கு அவருக்குக்கீழ் உள்ள ஏதாவது ஓர் உதவிப் பேராசிரியர் தான் வந்து வகுப்புகள் எடுப்பது வழக்கம். ஆனால், அவர் அப்படிப் பார்ப்பதில்லையாம். எல்லா வகுப்புகளுக் கும் போவாராம்.

நான் ஆறாவது பெஞ்சில் கடைசியில் உட்கார்ந்திருந்தேன். அவருடைய முதல் வகுப்பு அறிமுக வகுப்பாகவே இருந்தது. ஒவ்வொரு வரிடமும் ஒரு கேள்வியை ஆங்கிலத்தில் கேட்டுக் கொண்டே வந்தார். என் முறை வந்தது, மிக மிகச் சாதாரணக் கேள்வியைத்தான் என்னிடம் கேட்டார். அப்போது எனக்கு அவர் என்ன கேள்வி கேட்கிறார் என்பதுகூடத் தெரியாமல் முழித்துக்கொண்டே இருந் தேன். அவருக்கு எரிச்சல் வந்துவிட்டது. என்னை ஒருமுறை முறைத்துவிட்டு, கடந்து போய்விட்டார். இந்தக் கேள்வியைக்கூட இவனால் புரிந்துகொண்டு பதில் சொல்ல முடியவில்லையே என்ற எரிச்சல். அந்தக் கேள்வியை என்னால் இப்போதும் மறக்கவே முடி யாது. அந்தக் கேள்வி, இன்னும் என்னைத் தொடர்கிறது. அந்தக் கேள்வி இதுதான், 'Who is Your Father?' விதி, என்னை அதோடு விட வில்லை. இதற்குப் பிறகுதான் கதையே தொடங்குகிறது.

கல்லூரி விடுதியில் இருக்கின்ற சீனியர்கள் "சந்தான கிருஷ்ணன் சாரிடம் ரொம்பக் கவனமாக இருக்கணும். அவரிடம் தப்பிக்கவே முடியாது" என்று எச்சரித்தார்கள். இதுமட்டுமல்ல, ஒரு கதையையும் சொன்னார்கள். ஒருமுறை பிரின்ஸ்பால் ஒரு சர்க்குலர் அனுப்பி யிருக்கிறார். அதில் ஏழு பிழைகளைச் சுட்டிக் காட்டி, அவற்றைத் திருத்தி அவருக்கே திருப்பி அனுப்பியிருக்கிறார். எனவே, 'நல்லா படித்து இன்டர்னல் டெஸ்ட் எழுது' என்று அடிக்கடி சொல்வார் கள். நானும் முடிந்தவரை முயற்சி செய்துவிட்டேன்.

முதல் டெஸ்ட் எழுதிவிட்டு, அதன் மார்க்குக்காக நாங்கள் காத்திருந்தோம். அவர் பேப்பர் கட்டோடு வகுப்புக்குள் நுழைந்த வுடனே, எனக்கு பீதியாகிவிட்டது. ரோல் நம்பர்படி ஒவ்வொரு பெயராக வாசித்து அவர்களை அருகில் அழைத்தார், அவர்களு டைய எக்ஸாம் பேப்பரைக் கையில் எடுத்து வைத்துக்கொண்டு, அதில் என்ன தவறு செய்திருக்கிறார்கள் என்று சுட்டிக்காட்டி, அதை அவர்களிடம் கொடுத்தார். அப்படி அவர் கொடுத்தது பத்து, இருபது பேருக்குத்தான். மீதிப் பேப்பரை எல்லாம் அவர் ஒன்றுமே சொல்லாமல், அதாவது 'அதில் சொல்வதற்கு ஒன்றும் இல்லை என்று...' அவரவர் முன் விசிறி அடித்துவிட்டார். அப்படிப்பட்ட 'மற்றும் பலர்' வகையறாவைச் சேர்ந்தவன்தான் நான். என்மீது வந்து விழுந்த பேப்பரை, ஆர்வத்தோடு எடுத்துப் பார்த்தேன். பெரிய முட்டை. நான் எப்படியும் 100க்கு 30 மதிப்பெண் ணாவது பெற்றுவிடுவேன் என்றுதான் நம்பிக்கொண்டி ருந்தேன். அப்போது விழுந்து சிதறியது என் கோட்டை. என்னால் மீண்டு எழுந்திருக்கவே முடியவில்லை.

நானும் முயன்று முயன்றுப் படித்துப்பார்த்தேன். இரவு பகலாக மனப்பாடம் செய்தும் பார்த்தேன். அந்த ஆங்கில வாக்கியங்களை, வார்த்தைகளை ரத்தத்தில் ஏற்றினேன். உயிர்மூச்சாக உள்ளே இழுத்து நெஞ்சில் நிறைத்தேன். தேர்வு அறைக்குள் நுழைந்தவுடன் எல்லாம் காற்றோடு கரைந்து விடுகின்றன. மற்ற எல்லோரும் இரண்டாவது அட்டெம்ட், மூன்றாவது அட்டெம்ட்டில் தேறிவிட்டார்கள். என் னால் ஏனோ எழுந்திருக்கவே முடியவில்லை. மற்ற பாடங்களில் எல்லாம் தேறி விட்டேன். இந்த ஆங்கிலத்தில் மட்டும் என்னால் முடியவேயில்லை. இன்டர்னல் பத்து மதிப்பெண் இருந்திருந்தால் கூட நான் பல்கலைக்கழகத் தேர்வில் எப்படியாவது தேர்ச்சி பெற்றி ருப்பேன். அவர் எனக்குக் கருணைகாட்டுவார் எனக் காத்திருந்தேன். அவர் தராசை மிகச் சரியாகப் பிடித்துவிட்டார். தடுமாறும் தராசாக இருந்தால்கூட நான் தப்பித்திருப்பேன். அவரின் தராசு, கடைசி வரை தடுமாறவே இல்லை. பலமுறை அவரை டிபார்ட்மென்டில் போய்ப் போய்ப் பார்த்தேன். அவர் என் முகத்தை நிமிர்ந்துகூடப் பார்க்கவில்லை. அவர் நினைவில் நான் இல்லை.

நானும் எப்படியாவது அவரைக் கவர்ந்துவிட வேண்டுமென்று எவ்வளவோ பிரயத்தனப்பட்டுப் பார்த்துவிட்டேன். ஒன்றும் ஆக வில்லை. ஒரு தடவை, ஒரு காரியம் செய்தேன். அசட்டுத்தனமான காரியம்தான். எனக்கும் அது தெரியும். என் நிலைமை அப்போது அப்படி. 'எப்படியாவது அவர் மனதில் இடம்பிடித்து, தேர்வில் வெற்றிபெறுவதற்குரிய இன்டனல் மார்க்கைப் பெற்றுவிட வேண்டும்.'

அதுவும் 'பிச்சையாக'க்கூடப் பெற்றுவிட வேண்டும் என்ற மனநிலை தான் எனக்கு அப்போது இருந்தது.

ஒரு நாள், அது ஞாயிற்றுக்கிழமை என நினைக்கிறேன். அதி காலையில் எழுந்து மதுரை பெரியார் பேருந்துநிலையத்துக்குச் சென்று ரஸ்தாளி வாழைப்பழம் ஒரு தார் வாங்கிக்கொண்டேன். அதை வாங்குவதற்கு ஹாஸ்டலில் இருந்த என் நண்பர்களிடம் கடன்தான் வாங்கினேன், ஸ்காலர்ஷிப் பணம் வந்தவுடன் தந்துவிடுவ தாகச் சொல்லி. கைமாற்றாக நான்கைந்து பேரிடம் பணம் வாங்கினேன். அப்போது ஒரு தார் ரஸ்தாளிப்பழம் 70 ரூபாயோ 50 ரூபாயோதான். அதை வாங்கித் தோளில் சுமந்து கொண்டு, டவுன்பஸ்ஸில் ஏறி அவருடைய வீட்டுக்கு (அண்ணாநகர்) போனேன். பஸ் ஸ்டாப்பி லிருந்து அவர் வீடு சற்று தூரம்தான். அந்த வாழைத்தாரைத் தோளில் சுமந்து கொண்டு போகும்போது, எனக்குச் சற்றுக் கூச்சமாக இருந் தது. தலையைக் குனிந்துகொண்டே நடந்தேன்... வேகமாக நடந்தேன். காலை நேர ஏறுவெயில், முகத்தில் அறைந்தது. உடம்பெல்லாம் வியர்த்துவிட்டது. எப்படியோ அவர் வீட்டை மிதித்துவிட்டேன்.

அப்போதுதான் சார் குளித்துவிட்டு, வெள்ளை வேட்டி கட்டிக் கொண்டு வெளியே வந்தார். அவரைப் பார்த்ததும் எனக்கு நா வறண்டுவிட்டது. எப்படிப் பேச வேண்டும் எனத் திட்டமிட்டது எல்லாம் மறந்து, திருதிருவென முழித்துக்கொண்டிருந்தேன். பிறகு எப்படியோ சுதாரித்துக்கொண்டு "சார், இது எங்க தோட்டத்துல விளைஞ்சது. எங்க ஐயா உங்ககிட்ட கொடுக்கச் சொன்னார்" என்று அவர் காலடியில் வைத்தேன்.

இதெல்லாமே ஒத்தக்கடை குமார் சொல்லிக்கொடுத்த ஐடியா தான். ரஸ்தாளிப்பழம் என்றால், சாருக்கு ரொம்பப் பிடிக்கும் என்று அறிந்து, இந்தத் திட்டத்தை எனக்குச் சொல்லித் தந்தான். ஆனால், எதுவும் பழுக்கவில்லை. அவர் அந்த வாழைத் தாரை வாங்கவே யில்லை. "திருப்பி எடுத்துக்கொண்டு போ" என்று விரட்டிவிட்டார். எவ்வளவோ சொல்லிப்பார்த்தேன். அவர் முகம் ரத்தமாகச் சிவந்து விட்டது. திரும்பவும் அதைத் தூக்கிக்கொண்டு வந்து, ஒரு கடையில் வெறும் 30 ரூபாய்க்கு விற்றுவிட்டு, ஹாஸ்டலுக்குப் பசியோடு வந்து சேர்ந்தேன்.

திரும்பத் திரும்ப முயன்றும், விழுந்த இடத்திலேயே விழுந்து கொண்டிருந்தேன். ஒரே ஓர் இடம் மட்டும்தான் வழுக்கிக் கொண்டே இருந்தது. என்னால் அந்த இடத்தில் மட்டும் காலை ஊன்றவே முடியவில்லை. ஒரே ஒரு தடைதான், அதைத் தாண்டிவிட்டால் நான் தாவிவிடுவேன். டிகிரி வாங்குவது என்பது, இனி முடியாத காரியம் என்ற நிலைக்கு நான் தள்ளப்பட்டேன். கடைசியாக ஒரு

முறை அவரை வீட்டில் போய்ப் பார்க்கலாம், மனம் உருகிப் பேசிப் பார்க்கலாம், அவர் காலைத் தொட்டுக் கெஞ்சிப்பார்க்கலாம் என்று கூட வெறிகொண்டு முயன்றேன். அந்த அளவுக்கு நான், பரபரப் பாகப் படபடப்பாக இருந்தேன். அப்போதைய என் மன நிலையை இப்போது விவரிக்க முடியவில்லை. என் முயற்சி எதுவும் அவரிடம் பலிக்கவேயில்லை. நன்றாகப் படிக்காத மாணவர்கள் லாயக்கற்ற வர்கள். அவர்கள் யாராக இருந்தாலும் அவர் நினைவில் நீடிப்பதே இல்லை.

நான் பல்கலைக்கழகத் தேர்வில் தேர்ச்சிபெறவில்லை. கடைசி வாய்ப்பையும் இழந்து, இனி எனக்கு டிகிரி இல்லை என்றான பிறகு, ஒரு ஆண்டு மதுரை வீதிகளில் பைத்தியக்காரனைப் போல சுற்றிக்கொண்டு அலைந்தேன். என்ன செய்வது எனத் தெரியாமல், தற்கொலை செய்துகொள்ளலாம் என்றுகூட நினைத்தேன். அப்போது என் ஐயாவின் முகமும் அம்மாவின் முகமும் என் முன்னால் நிழ லாடின. அவர்களை நினைத்தவுடன் எனக்கு அந்தத் தற்கொலை எண்ணம் தப்பிவிட்டது. என்னை நானே சமாதானப்படுத்திக் கொண்டேன். மூன்றாண்டு படிக்கவேண்டிய படிப்பை, ஐந்து ஆண்டு தொடர்ந்தும், ஒரே ஓர் ஆங்கிலப் பேப்பருக்காக என்னுடைய டிகிரி அந்தரத்தில் தொங்கும்போது, சற்றுப் பதற்றமாகத்தான் இருந்தது. என் பட்டம், எங்கோ கண்காணாத அந்தரத்தில் காற்று வெளியில் பறந்துகொண்டுதான் இருக்கிறது. இனி அது என் கைக்கு எப்போதும் எட்டாது. ஐந்து வருடப் போராட்டத்தில், நான் என் ஊருக்குப் போகவே இல்லை. ஐயாவையும் அம்மாவையும் நான் பார்க்கவே இல்லை. அவர்களுக்கு இது எப்படியோ தெரிந்து விட்டது. அந்த வேதனையைச் சுமந்துகொண்டுதான் அவர்கள் இருந்திருக்கிறார்கள்.

சந்தானகிருஷ்ணன் சாரை, ஆஸ்பத்திரியிலிருந்து வீட்டுக்கு அழைத்துவந்துவிட்டனர். அம்பத்தூரில் உள்ள அவர் மகன் வீட்டில் இருக்கிறார். இது அவருக்கு மறுபிறவி என்பதுபோல் ஆகிவிட்டது. ரொம்பச் சிரமப்பட்டுவிட்டார். அவர் ஆஸ்பத்திரியில் இருந்த அந்த 28 நாளும், நான் ஆஸ்பத்திரிக்குப் போய் வந்தேன். என்னு டைய இன்னொரு காரையும் டிரைவரையும் ஆஸ்பத்திரியிலேயே அவர்கள் பயன்பாட்டுக்கு விட்டுவிட்டேன். அவருக்கு இரண்டு மகன்கள். ஒரு மகள். மகன் கனடாவில், மகள் அமெரிக்காவில். கடைசி மகன்தான் அம்பத்தூரில். அவருக்கு அம்பத்தூரிலிருந்து ஓ.எம்.ஆர் சாலைக்கு வேலைக்குப் போய்த் திரும்புகின்ற அலுப்பு சலிப்புக்கு இடையேதான் அப்பாவையும் பார்த்துக்கொள்ள வேண்டும்.

என் நிலை வேறு, என்னுடைய கம்பெனியில் 70 இன்ஜினீ யர்கள், உபரிப் பணியாளர்கள் என்று சொந்த நிறுவனம். எனக்கு அந்த உபத்தரவம் இல்லை. தினமும் காலையில் வந்துவிடுவேன்.

முடிந்தால் மாலையிலும் ஒரு நடை. என் வருகைக்காக லிப்ட் திறக்கும் சத்தம் கேட்கும்போதெல்லாம், அந்த அம்மாவின் விழிகள் நகருமாம். சந்தானகிருஷ்ணன் சாரின் மனைவிக்கு ஒருவிதமான தனிமை மனநிலை. எத்தனை நட்பு எத்தனை உறவு எத்தனை மாணவர்கள்... என்று எப்படி இருந்தோம்? இப்போது குளம் வற்றிவிட்டதோ என்று கவலை. ஆஸ்பத்திரியில் இருந்த, அந்த 28 நாளில் எத்தனை பேர் வந்து பார்த்திருப்பார்கள்? இதை எல்லாம்கூட அவர் மனம் நினைத்து வாட்டமடைந்துவிடுகிறது.

ஒரு நாள் மாலையில் தனிமையின் நிழலில் இருந்த சந்தான கிருஷ்ணன் சாரின் மனைவி என்னிடம் பேசினார். பேசினார் என்றால், தினமும் பேசும் பேச்சு அல்ல. இது, அவர் உள்ளத்தின் குரல். எனக்கும்தான். இந்த அறுவைசிகிச்சைக்குப் பிற்பாடு, சந்தான கிருஷ்ணன் சாருக்கு நினைவும் குரலும் குன்றிவிட்டன. எல்லா வற்றையும் பார்க்கிறார், கேட்கிறார், பார்வை மேலும் கீழும் அலை கிறது. உள்முகமாக ஏதோ பேசுகிறாரோ என்றுதான் எண்ணத் தோன்றுகிறது. கண்கள் மட்டும் அப்போது போலவே, பளிங்கு மாதிரி பளபளவென மின்னுகின்றன.

"இது யாருனு தெரியுதா?"

என்னைப் பார்க்கிறார். உதடுகள் படபடவெனத் துடிக்கின்றன. குரல் எழவில்லை. ஒரு நிமிடமோ இரு நிமிடமோதான் பார்வை தாழ்ந்து, தொடக்கென விழிகள் கவிழ்ந்துகொள்கின்றன.

"ஒங்க ஸ்டூடன்ட்தான் இவர்."

"....................."

"தெரியுதா? பெரிய கம்பெனி நடத்துறார்."

சந்தானகிருஷ்ணன் சார், என் முகத்தைப் பார்க்கிறார். எதையோ தேடும் பார்வை. பார்த்துக்கொண்டே இருக்கிறார். அந்தப் பார்வை என்மீது நிலைபெற்று நீங்கியது. சிறிதும் சலனமில்லை. அவர் நெஞ்சு மட்டும், மேலும் கீழும் அலைந்திற்று.

"ஒங்க ஸ்டூடன்ட்தான் இவர்" என்று அவர் மனைவிதான் மீண்டும் உரக்கக் கூறுகிறார். அதைச் சொல்லும்போது, அவர் குரல் உற்சாகம்கொள்கிறது. "ஒங்க பிள்ளை மாதிரி கூடவே இருந்து, அத்தனையும் பார்த்துக்கிட்டார். நீங்க செஞ்ச புண்ணியத்துக்குக் கெடச்ச பலன் இவர்தான்" அவர் காதருகே போய் உணர்வு மேலிட, நா தழுதழுக்கக் கூறுகிறார். இதையெல்லாம் அவர் காது கேட்கிறதோ என்னவோ, கண்கள் பார்த்துக்கொண்டுதான் இருக்கின்றன. எதையோ தேடும் பார்வை துருவித் துருவித் தேடும் பார்வை. வலதுகண் ஓரம் ஒரு துளி இறங்கிற்று. மெள்ளக் கன்னத்தில் விழுந்து கரைந்திற்று. அந்தக் காட்சியை என்னால் பார்க்கவே முடியவில்லை.

அப்படிப் பார்த்துக்கொண்டிருக்கும்போதே அவர் கண்களிலிருந்து தரதரவென நீர் இறங்கிற்று.

அன்று இரவு பெரிய டாக்டர் ரவுண்ட்ஸ் வந்தார். சந்தான கிருஷ்ணன் சாரைப் பார்க்க அறைக்குள் வந்தார். நானும் உடன் இருந்தேன்.

"பெரியவர் எப்படி இருக்கார்?"

"இருக்கார் டாக்டர்."

டாக்டர், சந்தானகிருஷ்ணன் சாரின் கண்களைப் பிதுக்கிப் பார்த்தார். நெஞ்சை சோதித்தார். "பேச்சுதான் இன்னும் வரலை டாக்டர்!" என்றார் அவர் மனைவி. டாக்டர் கேஸ் ஹிஸ்ட்ரியைப் படித்தார். சிறிது நேரம் அதையே பார்த்துக் கொண்டிருந்தார்.

"பிசியோதெரபி ஃபிக்ஸ் பண்ணுங்க..." என்றார் நர்ஸைப் பார்த்து. பிறகு, "பெரியவர் என்னவா இருந்தார்?" என்று பொதுவாகக் கேட்டார்.

"புரொபசர்" என்றேன்.

உடனே டாக்டர் அவரின் அருகில் சென்று அவர் காதருகில் "வாட்ஸ் யுவர் நேம்?" என்று ஆங்கிலத்தில் கேட்டார். சந்தான கிருஷ்ணன் சார் திருதிருவென முழித்தார். மீண்டும் அதே கேள்வியைத் திரும்பக் கேட்டார். சந்தானகிருஷ்ணன் சாரால், அந்த எளிய கேள்விக்குக்கூட பதில் சொல்ல முடியவில்லை. டாக்டர் உதட்டைப் பிதுக்கிக்கொண்டே விருட்டென, அடுத்த அறைக்குச் சென்றுவிட்டார்.

ஆனந்த விகடன் – 21, பிப்ரவரி 2019

❏